కృష్ణ నవనీతం
ప్రతిభానంత
AF411062

Published by
MIDAM CHARITABLE TRUST
Midam Ashram, RS No. 144/5,
Earraikkarai Road,
Kothapurinatham Village,
Puducherry 605102

Printed by
MIDAM CHARITABLE TRUST
Midam Ashram, RS No. 144/5,
Earraikkarai Road,
Kothapurinatham Village,
Puducherry 605102

First Edition:
August 2024

ISBN: 978-81-943838-6-4

Book Layout:
Jhansi Nallamelli
email id : jhansi.nm@gmail.com

హరి ఓం

ఈ పుస్తక రచనలో ఉపయోగించిన చిత్రాల యొక్క ప్రచురణాధికారం కేవలం మిస్. ప్రీతి పాండురంగన్, మిస్టర్ ఆరోల్ వేధన్సి మరియు ఇతర కళాకారులు పొందిన సర్వహక్కులు వారి అనుమతితో చేర్చబడినవి. ప్రతి చిత్రం యొక్క అడుగు భాగంలో కళాకారుల యొక్క పేరు పొందుపరచబడినవి. ఎటువంటి దూషణ లేని ఆ చిత్రాలు ఆరోపణ లేకుండా పునరుత్పత్తికి ఉచితం' అని మనం అర్థం చేసుకోవచ్చు. రచయిత శుశృత్ ఏ బాధే అనుమతితో అతని పుస్తకం "భగవద్గీత : ది రిథమ్ ఆఫ్ కృష్ణ" నుండి పద్య-కావ్య శ్లోకములు స్వీకరించబడినవి.

రచయిత యొక్క అనుమతి లేకుండా విద్యుత్కణ (electronic), యాంత్రిక (mechanical), ఛాయా ముద్రణం (photocopying), లిపిబద్ధం లేదా ఇతరత్రా ఏ రూపంలో అయినా లేదా ఏదైన పద్ధతిలో ఈ ప్రచురణలోని ఇతర భాగాన్ని పునరుత్పత్తి చేయడం, ప్రసారం చేయడం లేదా నిల్వ చేయడం వంటివి చేయకూడదు. రచయిత యొక్క ప్రచురణాధికారం నిర్ధారించబడింది. ప్రచురణ కర్త ముందస్తు అనుమతి లేకుండా వ్యాపార పద్ధతిలో లేదా ఇతరత్రా అప్పుగా, పునః విక్రయం, అద్దెకు తీసుకొనుట లేదా పంపిణీ, ఏ రూపంలోనయినా లేదా అట్ట అంటించి ఈ పుస్తకం విక్రయించబడదు అని ప్రచురించబడింది.

హరి ఓం

మూల రచయిత వివరణ

మానవుల కళ్యాణం కోసం స్వయంగా భగవంతుడు ప్రసాదించిన శ్రీమద్భగవద్గీత యొక్క శాశ్వతమైన అమరమైన ఈ జ్ఞాన సుధను విద్యార్థుల క్షేమం కోసం ఎలా సులభంగా అందిచాలనే ఆలోచన నాలో మొదలైంది. తీవ్రమైన మరియు లోతైనా గ్రంథం యొక్క ఈ జ్ఞానాన్ని యువ విద్యార్థులు అర్థం చేసుకోవటం సాధ్యమేనా అన్న సందేహం నా మనస్సులో ఉండేది. ఈ కారణంగా ఈ పుస్తకంలో దాగి ఉన్న గొప్ప భావాలను సరళీకృతం చేయడంలో నా పూజ్య గురువుగారైన మధుసూదన దాఝ్లే గారిని మార్గదర్శనం కోరాను. వారి మార్గదర్శనంలో ముందుకు వెళ్తూ నా భోజన సమయంలో పుదుచ్చేరికి చెందిన "విద్యానికేతన్" పాఠశాలలో తొమ్మిదవ తరగతి విద్యార్థులకు ఈ గ్రంథం యొక్క జ్ఞానాన్ని ఆంగ్లంలో బోధించడం ప్రారంభించాను. విద్యార్థుల ఉత్సాహం, ఆశక్తి మరియు వారి అభిప్రాయాలతో నేను చాలా సంతోషించాను. రెండు బృందాల విద్యార్థులకు బోధించిన తరువాత ఈ విషయం పై ఒక పుస్తకం రాయలనే సూచనతో నా విద్యార్థులు నా దగ్గరకి వచ్చినప్పుడు నేను చాలా ఉత్సాహపడ్డాను. ఈ విధంగా "Krishna's Butter for champion Students" అనే పేరుగల పుస్తకం యొక్క ఆవిర్భావం జరిగింది.

ఇట్లు

భావన భాదే

శ్రీ మద్భగవద్గీత పీఠిక

మహర్షి వేదవ్యాసునిచే రచింపబడిన ప్రాచీన సంస్కృత భాష యొక్క మహాకావ్యం "మహాభారతం". లక్షకు పైగా శ్లోకాలను కలిగి ఉంది. మరియు 18 పర్వాలతో రూపొందించబడింది.700 శ్లోకాలతో ఉన్న శ్రీ మద్భగవద్గీతలో 18 అధ్యాయములు ఉన్నాయి మరియు ఇది మహాభారతంలో భీష్మపర్వంలో ఉంది.

హస్తినాపురం సమీపంలో కురుక్షేత్ర పుణ్యభూమిలో కురువంశానికి చెందిన కౌరవులు మరియు పాండవులు యుద్ధానికి సిద్ధముగా ఉన్నారు. అంధుడైన ధృతరాష్ట్ర మహారాజు దుష్టుడైన తన జ్యేష్ఠకుమారుడైన దుర్యోధనుడికి బదులుగా సద్గుణవంతుడైన పాండు పుత్రుడైన యుధిష్ఠిరునికి రాజ్య వారసత్వాన్ని ఇవ్వాలని నిర్ణయించుకున్నాడు. ఐతే దుర్యోధనుడు తన కపటనీతితో తానే వారసుడిగా ప్రకటించుకున్నాడు. అతను పాండవులను శాశ్వతముగా అడ్డు తొలగించాలని అనుకున్నాడు. కాని భగవంతుని దయవల్ల పాండవులు క్షేమంగా ఉంటారు.

కురువంశానికి బంధువు మరియు ధర్మ పక్షపాతి అయిన శ్రీకృష్ణుడు పాండవులకు కేవలం ఐదు గ్రామాలను మాత్రమే ఇవ్వడం ద్వార యుద్ధం యొక్క భయానకతను నివారించడానికి రాయబారం చేయడానికి సంకల్పించగా, దుర్యోధనుడు శ్రీకృష్ణుని సలహాను తిరస్కరించి నేను సూదిమొనంత భూమి కూడా ఇవ్వనని అహంకారంతో పలికెను.దీని కారణముగా కౌరవులకి పాండవులకి యుద్ధం అనివార్యమైనది. రాజులు, మహారాజులు, చక్రవర్తులు, పెద్దలు, మరియు మొత్తం 18 అక్షోహిణి సైన్యముగా కౌరవ-పాండవ విధేయులుగా విభజించబడినారు .

శస్త్ర విద్యను నేర్పించిన గురు ద్రోణాచార్యులు మరియు కురు పితామహులైన భీష్ముడు తమ స్వీయ ప్రతిజ్ఞల కారణంగా కౌరవుల పక్షం నిలచారు.

ధృతరాష్ట్ర ఉవాచ:

ధర్మక్షేత్రే కురుక్షేత్రే సమవేతా యుయుత్సవః |
మామకాః పాండవాశ్చైవ కిమకుర్వత సంజయ ||

ధృతరాష్ట్రుడు ఇలా పలికెను:

హే: సంజయ ధర్మక్షేత్రం అయిన కురుక్షేత్రంలో యుద్ధోత్సాహంతో నా వాళ్ళు మరియు పాండవులకు మధ్యలో ఎం జరుగుతుంది?

ఈ ప్రతిపాదనతో, భగవద్గీతలోని ప్రధాన విషయాలను తెలుసుకొని, అందులో ఉన్న తత్వమును మరియు సిద్ధాంతాలను ఎంపిక చేసుకొని కార్యరూపానికి తేవడానికి ప్రయత్నిద్దాం. ఈ సిద్ధాంతాలను మన దైనందిన జీవితంలో అన్వయించుకోవడం ప్రయోజనకరమైనది.

కౌరవ పాండవులు మాదిరిగానే మనం కూడా అంతరాత్మలో తప్పు మరియు ఒప్పుల యొక్క అనేక ఘర్షణలను ఎదుర్కొంటాం. అటువంటి పోరాటాన్ని సమర్ధవంతంగా ఎదుర్కోవడానికి మరియు విజయానికి తగిన మార్గాన్ని అనుసరించడానికి ఈ పుస్తకం ఖచ్చితంగా మనందరికి మార్గదర్శకం అవుతుంది.

శ్రీ ఖాండ్వే గురువుగారి వివరణ

అమ్మమ్మలు తన మనవళ్ళు మరియు మనవరాళ్ళకు ఎన్నో పురాణ కథలు వర్ణణాతీతంగా చెప్పేవారు. అలాగే అతి సులభమైన రీతి లో శ్రీమతి భావన బాధే శ్రీమద్భగవద్గీత వంటి అత్యంత లోతైన విషయాలను విద్యార్థులకు అతి సులభంగా వివరించడానికి ప్రయత్నించారు. 700 శ్లోకాలతోకూడిన శ్రీమద్భగవద్గీత అధ్యయనం సామాన్యంగా వృద్ధుల కోసం లేదా 40 ఏళ్ళు నిండిన వారికోసం అని ఒక కల్పన. అయితే ఈ గ్రంథం యొక్క అధ్యయనం విద్యార్థులకు చాలా ఉపయోగపడుతుందనే ఆలోచన చాలా ఉత్తేజకరమైనది మరియు ప్రశంసనీయమైనది. ఈ 700 శ్లోకాలలో విద్యార్థుల జ్ఞానాన్ని పెంపొందించడానికి తగిన 99 శ్లోకాలను ఎంపిక చేసుకోవడం వల్ల కలిగే ప్రయోజనాలను రచయిత స్పష్టంగా వివరించారు. గీత యొక్క ముఖ్యమైన సందేశం నేర్చుకోండి, నేర్పించండి మరియు నేర్చుకున్నది అమలు చేయండి." దీని తాత్పర్యం ఏమనగా మనము కూడా ఆదర్శవంతుడైన అర్జునిలా ఈ అధ్యయనం యొక్క జ్ఞానాన్ని మన నిత్య జీవితంలో ఆచరణకు తీసుకురావాలెను. ఈ సుందరమైన సందేశం నుండి జీవితంలో ఆచరణకు గురు శిష్యుల బంధం ఎలా బలపడుతుంది అనేది రచయిత చాలా స్పష్టపరిచినారు. తమని తాము పూర్తిగా కర్మవిధులకు ఎలా అంకితం చేయడం అనేది విద్యార్థులకు కర్మయోగ రహస్యంగా వివరించినారు.

విద్యార్థుల యొక్క శారీరక ధృడత్వాన్ని పెంచుకోవడానికి ప్రయత్నించేటప్పుడు గుర్తించుకోవలసిన అత్యంత ముఖ్యమైన విషయం ఏమిటంటే "మనస్సు ఇంద్రియాల కంటే గొప్పది, మనస్సు కన్నా ప్రయోజనమైనది బుద్ధి, చైతన్యమైన బుద్ధి కన్నా శ్రేష్టమైనది శాశ్వతమైన ఆత్మతత్వము అనే రహస్యాన్ని, ఈ శాశ్వతమైన పరమ సత్యాన్ని విద్యార్థులు ఎప్పటికి గుర్తించుకొని సరైన మార్గంలో నడవవలెను.

ఈ పుస్తకం అత్యంత వర్ణణాతీతమైనది. శ్రీమతి భావన భాదే గారు ఈ పుస్తకాన్ని వారి గురువుగారైన శ్రీ మధుసూదన దామ్లే గారి మార్గదర్శనంలో ప్రాసినారు. విద్యార్థులు వారి యొక్క చారిత్రక నిర్మాణంలో ఈ పుస్తకాన్ని "గీతాప్రసాదము"గా స్వీకరించి కృతార్థులు అవ్వాలని కోరుచున్నారు.

లేఖకుని మాట

ఒక రోజు సుశ్రుత్ గారు ఆంగ్ల భాష యొక్క పుస్తకమును తెలుగు భాషలోకి అనువదించమని సలహా ఇచ్చినప్పుడు "ఇంతటి మహత్కార్యము నాకు సాధ్యమా?" అనే సందేహము నాకు కలిగింది. అనువదిస్తాన్నన్న ఆత్మవిశ్వాసం నాలో లేదు. ఐతే శ్రీకృష్ణపరమాత్ముని అనుగ్రహంతో నా మనసుని "దేవుడిపై భారం వేసి నేను ఎందుకు ప్రయత్నించకూడదు" అని ఆలోచించాను. శ్రీకృష్ణుడిని ప్రార్థించి తెలుగులోకి అనువదించటానికి సంకల్పించాను. ఈ కార్యమును నిర్వహించటానికి భగవంతుడు దారి చూపిస్తాడని నమ్మకం కలిగింది.

ఈ పుణ్యకార్యమును చేయుటకు ఈ శబ్దముల మాధుర్యము, అర్థము యొక్క స్పష్టత మరియు భావముతో అనువదించుటకు నా ప్రియ స్నేహితురాలైన

శ్రీమతి అప్సర సందీప్,

శ్రీమతి శిరీష,

శ్రీమతి సునిత శ్రీరాం

సుభాష్ నాయుడు చేపట్టినారు.

వ్యక్తిగత పురోగతి సాధించిన తరువాత "వైశ్విక విద్యార్థి" కావాలనే సందేశాన్ని రచయిత చెబుతూ...

"యుక్తహార విహారస్య యుక్త చేష్టస్య కర్మసు" ప్రస్తావించారు. ఈ దిశలో విద్యార్థులు చేసే అన్ని ప్రయత్నాల ద్వార భగవంతుని మీద అపారమైన భక్తి కలిగి వారిలో దైవ గుణముతో కూడిన జ్ఞానాన్ని పొందుటకు ఈ రచన సహాయకారిగా రూపొందించబడినది.

ఈ సందేశాన్ని జీవితంలో అనుసరించడంతో పాటు విద్యార్థులు తమ జీవితంలోని సత్వ, రజస్సు మరియు తమస్సు గుణాలను తెలుసుకొని తమ వ్యక్తిగత స్వభావాన్ని, గుణ గణాలను అనుసరించి జీవితంలో ప్రగతి పథం వైపు ఎలా

పయనించాలో చాలా అందంగా ప్రస్తావించారు. ప్రసిద్ధ సలహాదారులు మరియు మనస్తత్వవేత్తలు మార్గదర్శం చూపేవేళలో ఎలా విద్యార్థులకు మంచి సలహోలను ఇచ్చారో అలాగే రచయిత కూడా అనేక ఉదాహరణల ద్వారా మనసు ఆకట్టుకునేలా సలహో ఇచ్చినారు.

అర్జునుడు యుద్ధ పరిస్థితిని ఎదుర్కొన్నప్పుడు, మొదట పరిస్థితిని ఎలా విశ్లేషించి, తరువాత అలాంటి ఆ పరిస్థితిని ఎదుర్కున్నాడో అలాగే విద్యార్థులు కూడా వారి జీవన మార్గాన్ని రూపొందించుకొనే విధానంలో మరియు కార్యసాధనలో ఈ పుస్తకం ఉపయోగపడుతుంది అనడంలోఏటువంటి సందేహం లేదని రచయిత చాల మనోహరంగా వివరించారు.

మూకం కరోతి వాచాలం పంగుం లఘాయతే గిరిం |
యత్కృపా తమహం వన్దే పరమానన్ద మాధవమ్ ||

భావం: మూగవాడు కూడా మాట్లాడే విధంగా, కుంటి వాడు కూడా నడిచే విధంగా, పర్వతాన్ని సహితం యెత్తుకునేలా చేసిన పరమానంద మాధవునికి నేను నమస్కరిస్తున్నాను.

కార్పణ్యదోషోపహత స్వభావః
ప్పచ్ఛామి త్వాం ధర్మసమ్మూఢ చేతః
యుచ్ఛేయః స్యానిశ్చతం బ్రూహి తన్మే
శిష్యస్తేహం శాధిమా త్వాం ప్రపన్నయ

భావం:పిరికితనమునకు లోనైస్వభావమును కోల్పోయి గిలగిలలాడుచున్నాను, ధర్మాధర్మముల విచక్షణకు దూరమై నా కర్తవ్యమును నిర్ణయించుకొనలేకున్నాను, నాకు నిజముగ శ్రేయస్కరమైన దానిని తెలుపుము నేను నీకు శిష్యుడను, శరణాగతుడను అని అర్జునుడు శ్రీకృష్ణపరమాత్మడిని ప్రార్థించెను.

పరమాత్ముని అనుగ్రహం లేకుండ ఒక్క తృణము కూడా అటూ ఇటూ కదలదు. పరమాత్ముని ఇష్టము లేనిదే ఏమి కూడ సాధించటానికి సాధ్యంకాని పని అని నేను విన్నాను అయితే ఆ మాట పరమ సత్యము అని ఈ పుస్తకమును కన్నడ భాష నుండి తెలుగులోకి తర్జమా చేసినప్పుడు సొంత అనుభవానికి వచ్చింది.

ఈ కార్యం చేపట్టడం "మహాభాగ్యము"గా భావిస్తున్నాను. శ్రీమద్భగవద్గీత జ్ఞాన భండారాన్ని ఇంకా ఎక్కువగా విద్యార్థులకు తెలియజేసే ఈ మహత్కార్యములో మమ్ము భాగస్వామి గా స్వీకరించినందుకు నేను పూజ్య గురువులైన శ్రీమతి భావన భాదే గారికి, శ్రీ మధుసూదన దామ్లే గారికి మరియు పూజ్య సుశృత్ గారికి నేను సదా ఋణపడివుంటాను. నా ప్రియ స్నేహితురాలైన శ్రీ మతి అప్సర సందీప్, శ్రీ మతి సునిత శ్రీరామ్, శ్రీ మతి శిరీష, సుభాష్ నాయుడు వీరి సహాయంతో నేను ఈ మహత్కార్యమును పూర్తిచేయగలిగాను.

అందరి విద్యార్థులకు శ్రీ కృష్ణడి వెన్న రుచి ప్రాప్తించాలని కోరుతూ అందరికి ఆ శ్రీ కృష్ణడి అనుగ్రహం సంపూర్ణంగా కలగాలని ప్రార్థిస్తున్నాను. మా అమ్మానాన్న ఆశీర్వాదం పూజ్యులైన అత్తమామ, తోడబుట్టినవారు మరియు నా మంచి కోరేవారి ఆశీర్వాదం మరియు నా భర్త పిల్లలు అలాగే నా ప్రియమైన స్నేహితురాలైన శ్రీమతి అప్సర, శిరీష, సునిత, సుభాష్ నాయుడు సహకారం ఎప్పుడు ఇలాగే ఉండాలనే శ్రీకృష్ణడిని ప్రార్థిస్తున్నాను.

ఇట్లు

శ్రీమతి బి.వి. తార నాగేంద్ర

నా పేరు అప్సర సందీప్
నా విద్యాభ్యాసం- B.COM.

నా స్వఅనుభవాన్ని మీతో పంచుకోవడానికి అవకాశం ఇచ్చిన "Krishna's Butter" లోని భాగస్వాములందరికీ నా ప్రణామాలు. ఈ పుస్తకాన్ని అనువదించిన రోజులు నాకు మధురానుభూతిని ఇచ్చాయి.

నేను భగవద్గీతను అభ్యసించడం మొదలు పెట్టినప్పుడు వివరించమని కొందరిని అడిగాను. నేను అభ్యసించి నా కుమార్తెకు వివరించాలని నా చిరు కోరిక. నా ప్రయత్నం నిరాశ చెందినప్పుడు నాకు చేయూతనిచ్చి శ్రీమతి తారాదేవి గారు ఆన్‌లైన్ క్లాసులు మొదలు పెట్టారు.

కొన్ని సందర్భాలలో ఎవరైన నిరాశ చెందినప్పుడు ఒక మాట చెప్పేవారు," మీరు అనుకున్నది జరగకపోతే ఇక ముందు ఇంకా మంచి అవకాశం ఇవ్వడానికి శ్రీకృష్ణుడు వేచి ఉన్నాడు" అని చెప్పేవారు. ఈ పుస్తకం అనువదించేప్పుడు అది నాకు అనుభవంలోకి వచ్చింది. ఎవరి దగ్గరో నేను భగవద్గీతను అభ్యసించినట్టైతే ఈ పుస్తకం అనువదించే అవకాశం కోల్పోయేదాన్ని. ఈ అవకాశం నాకు ఇవ్వడానికేనేమో శ్రీకృష్ణుడు ఇలా చేసారు. ఇంతే కాక మరెన్నో అవకాశాలు ఇక ముందు ఉంటాయని ఆశిస్తూ...

అప్సర సందీప్

విషయ సూచిక...!

అధ్యాయం – 1

అర్జున విషాద యోగము

"ఒకవేళ మన సమస్యకు ఎటువంటి పరిష్కారం దొరకకపోతే మనము మన గురువులను, పెద్దలను లేక విశ్వాసనీయమైన స్నేహితుల సహాయం తీసుకోవడానికి ఎప్పుడు వెనుకాడకూడదు."

అర్జున విషాద యోగము

యుద్ధం ప్రారంభం కావడానికి కొంతసేపు ముందే అర్జునుడు తన రథాన్ని యుద్ధభూమి మధ్యలోకి తీసుకెళ్ళమని శ్రీకృష్ణుడిని అభ్యర్థించెను. యుద్ధానికి తాను సిద్ధమవ్వడానికి ముందు శత్రు శ్రేణితో ఉన్న యోధులందరినీ చూడాలను కొనెను. కృష్ణుడు యుద్ధభూమిలో రథాన్ని ఆపినప్పుడు అర్జునుడు తన బంధువులను, గురువు మరియు స్నేహితులను తన శత్రువర్గంలో నిలబడడం చూసినాడు. తన శత్రువులు ఎవరో అర్జునుడికి మందే తెలిసినప్పటికి చివరి క్షణంలో వారందరిని చూసి ఆందోళనకు, ఒత్తిడికి లోనయ్యెను. ఆందోళన వల్ల అర్జునుడి కంఠం ఎండిపోయి, చేతిలోని గాండీవం కిందకి జారిపడెను. అతను అప్పటికే యుద్ధంలో ఓడిపోయానని భావించి దుఃఖంతో యుద్ధం చేయనని కృష్ణుడికి తెలిపెను.

కొన్ని సార్లు పరీక్షలు, క్రీడలు లేదా సాంస్కృతిక కార్యక్రమాలు వంటి ప్రముఖ సందర్భాలలో ప్రారంభానికి ముందే ముఖ్య పాత్ర నిర్వహించేవారు, భయాందోళనలకు గురికావడం మనమందరం గమనిస్తుంటాము. అర్జునుడు కూడా ఇదే భావనకు లోనయ్యెను కాని ఒక తేడా ఏమిటంటే అర్జునుడి ఆందోళన చాలా ప్రమాదకరమైంది. దీని వల్ల అతడు చాలా మంది సైనికుల ప్రాణాలను కోల్పోవచ్చు. ఈ విధంగానే మన జీవితంలో కూడా అనేక సందర్భాలలో కష్టమైన సవాళ్లు ఎదుర్కోవలసి ఉంటుంది అలాంటి ఒత్తిడి మరియు క్లిష్ట పరిస్థితులలో కూడా మనము మన ప్రయత్నాన్ని ఎప్పటికి వదల కూడదు. ఒకవేళ మనకు పరిష్కరం లభించకపోతే మన తల్లిదండ్రులు, గురువులు, పెద్దలు లేదా విశ్వాస పాత్రులైన స్నేహితులను సహాయం తీసుకోవడానికి ఎప్పుడూ వెనకడుగు వేయరాదు అర్జునుడు ఉన్న ఆందోళన స్థితిలో అతనికి

ఏమి చేయాలో తోచలేదు. అతడు తన బాధను తన గురువు, పెద్దవాడు, ప్రాణ స్నేహితుడైన శ్రీకృష్ణునితో పంచుకున్నాడు".

1.21

హృషీకేశం తదా వాక్యమిదమాహ మహీపతే|
సేనయోరుభయోర్మధ్యే రథం స్థాపయ మేఽచ్యుత ||

हृषीकेशं तदा वाक्यमिदमाह महीपते ।
सेनयोरुभयोर्मध्ये रथं स्थापय मेऽच्युत ॥

హే రాజా! గాండీవధారి అయిన అర్జునుడు శ్రీకృష్ణుడుని ఇలా వేడుకొనెను హే అచ్యుత! మీరు రథాన్ని రెండు సైన్యముల మధ్యలో నిలుపుము.

1.22

యావదేతాన్నిరిక్షేఽహం యోద్ధుకామానవస్థితాన్ |
కైర్మయా సహ యోద్ధవ్యమస్మిన్ రణసముద్యమే ||

यावदेतान्निरीक्षेऽहं योद्धुकामानवस्थितान् ।
कैर्मया सह योद्धव्यमस्मिन्रणसमुद्यमे ॥

శత్రు సేన యొక్క యోధులను గమనించడం వలన ఎవరు యుద్ధానికి అర్హులో ఏ యోధులతో నేను పోరాడటం ఉత్తమమో అని తెలుసుకోవడానికి రథాన్ని అక్కడే నిలుపు.

1.30

గాండీవం స్రంసతే హస్తాత్ త్వక్చైవ పరిదహ్యతే |
న చ శక్నోమ్యవస్థాతుం భ్రమతీవ చ మే మనః ||

गाण्डीवं स्रंसते हस्ताच्चैव परिदह्यते ।
न च शक्नोम्यवस्थातुं भ्रमतीव च मे मनः ॥

హే కేశవా ! నా గాండీవం నా చేతిలోంచి జారిపోతున్నట్లు అనిపిస్తుంది.

సంపూర్ణ శరీరము మంటగా ఉంది. నా మనస్సు బుద్ధి భ్రమణము చెందినది మరియు నేను సరిగా నిలబడ లేకపోతున్నాను.

సంజయ ఉవాచ /ఇలా పలికెను

1.47:

ఏవముక్త్వార్జునః సంఖ్యే రథోపస్థ ఉపావిశత్ |
విస్సృజ్య సశరం చాపం శోకసంవిగ్నమానసః ||

एवमुक्त्वार्जुनः संख्ये रथोपस्थ उपाविशत् ।
विसृज्य सशरंvशोकसंविग्नमानसः ॥

ఇలా చెబుతూ అర్జునుడు దుఃఖం యొక్క ఉద్వేగంతో, మానసిక కల్లోలమును తట్టుకోలేక తన బాణాలను, ధనస్సును జారవిడిచి, అతని ఓటమిని ఒప్పుకొని రథంలో కూలబడిపోయెను.

అధ్యాయం – 2

శ్రీకృష్ణుడు బోధించిన సనాతన రహస్యాలు

"ఎటువంటి కఠిన పరిస్థితి ఎదురైన, మానవుడు అధైర్య పడకుండా తన కర్తవ్యాన్ని నిర్వహించాలి ప్రతి వ్యక్తి సత్యమార్గమున నడిచి సత్యమునకే మద్దతు తెలుపవలెను."

శ్రీకృష్ణుడు బోధించిన సనాతన రహస్యాలు

"భగవద్గీత రెండవ అధ్యాయము సర్వశ్రేష్ట యోధుడైన అర్జునుడి స్థితిని గురించి వివరిస్తూ ఆరంభం అవుతుంది. అర్జునుడు శత్రుశ్రేణిలో తను యుద్ధం చేయవలసిన తన యొక్క పెద్దలు, గురువు, సోదరులు మరియు బంధువులందరిని చూసి భయోందోళనకు గురై, నిస్పృహకు లోనయ్యెను. ఇక్కడ అర్జునుడి దుఃఖానికి కారణమేమిటో మనము తెలుసుకోవాలి. అర్జునుడు రక్త సంబంధికుల పైన కలిగిన భావోద్వేగం (emotion) వలన తన మనస్సు కలవరపడెను.

మానవుడికి భావోద్వేగ స్థితి కలగడం పెద్ద సమస్యకాదు. ఎందుకంటే భావోద్వేగ స్థితి కలగడం మానవుని యొక్క ప్రకృతి సహజగుణం కానీ మానవుడు భావోద్వేగం పొంది తన ప్రాథమిక కర్తవ్యములను నిర్లక్ష్యం చేయడం అతి పెద్ద సమస్యగా పరిగణింపబడుతుంది.

సంపూర్ణంగా నిరాశ చెందిన అర్జునుడికి తను అనుసరించాల్సిన సరైన మార్గము గురించి తెలియనప్పుడు అతను తన తెలివితో సరైన మార్గదర్శనం కోసం తన గురువు, విశ్వాసపాత్రుడైన మరియు ఆరాధ్య దైవమైన శ్రీకృష్ణుడి సహాయం యాచించెను. శ్రీకృష్ణుడు అర్జునుడికి సహాయం చేయడానికి ముందుకు వచ్చెను. నిస్సహాయుడు మరియు గందరగోళ స్థితిలో ఉన్న అర్జునుడు తన రథసారథి అయిన శ్రీకృష్ణుడికి శరణాగతుడై సమర్పణా భావంతో పరమ గురువై నాకు సరైన మార్గాన్ని చూపించు! అని ప్రార్థించెను.

వినయ పూర్వకంగా పెద్దలు మరియు గురువుల దగ్గర శరణాగతి

పొందడం, బలమైన శత్రువుకు శరణాగతి కావడంతో సమానం అని జనుల అభిప్రాయం. కాని వాస్తవానికి వీటీ రెండింటి మధ్యలో చాలా అంతరం ఉంది. జ్ఞానులు మరియు అనుభవం కలిగిన గురువులు,పెద్దల దగ్గర ఆశ్రయాన్ని పొందడం అనేది హితమైన మరియు శ్రేయస్కరమైనది.

ఈ తత్వమును ఒక సరళమైన గణిత ఉదాహరణ నుండి అర్థం చేసుకోవచ్చు. ఒక విద్యార్థి గణిత సిద్ధాంతాలను నేర్చుకోవాలంటే అతను అహంకార రహితముగా సమతతో గురువు యొక్క శరణాగతి పొందవలెను. అప్పుడు ఆ సిద్ధాంతాలను అర్థం చేసుకుంటాడు. కాని విద్యార్థి తన ఉపాధ్యాయుని యొక్క అభ్యాస విధానాలను విమర్శిస్తే మరియు అందులో ఉన్న దోషాలను లెక్కించడానికి ప్రయత్నిస్తే అతని యొక్క అభ్యాసము అంతటితో ఆగిపోతుంది. అలా అయితే విద్యార్థి అభివృద్ధి సాధ్యమవ్వదు. అంతే కాకుండా ఉపాధ్యాయుని యొక్క అనుభవం నుండి ఏ విధమైన లాభం ఉండదు. విద్యార్థులకు, ఉత్తమ నాయకులందరు తొలుత ఉత్తమ విద్యార్థులే అన్నది పరమ సత్యం. జీవితాంతం విద్యార్థి అనే దృక్పదాన్ని కలిగి ఉండటం చాలా ఉత్తమమైనది.

భగవద్గీతలో శ్రీకృష్ణుడు అర్జునుడికి ఉపదేశమిస్తూ, వివేకవంతులు "ఆత్మ అనేది నాశనం లేనిది" అని గ్రహించి, ఎప్పుడూ దుఃఖించరు, దేహము బాల్యము, యవ్వనము మరియు వృద్ధాప్య దశలో సాగుతుంది. దేహంలో అంతర్లీనమైన 'ఆత్మ' నాశనం చేయలేనిది, అది జనన మరణాలకు అతీతమైనది. ఎలా అయితే మన బట్టలు పాతబడినప్పుడు మనం కొత్తబట్టలు ధరిస్తామో, ఆత్మ కూడా మరణ సమయంలో పాత శరీరాన్ని త్యజించి కొత్త శరీరాన్ని స్వీకరించెను.

అర్జున నువ్వు దేని కోసం దుఃఖించకు. పుట్టిన మనిషి మరణం ఎంత నిశ్చయమో అలాగే మరణం తర్వాత పునర్జన్మ కూడా అంతే నిశ్చితమైనది. ఇలా జనన మరణాల చక్రము సృష్టి నియమము అని శ్రీకృష్ణుడు చెప్పెను.

అర్జునికి ఇచ్చిన ఈ సందేశము చాలా మహత్వపూర్ణమైనది. ఈ పరమ సత్యాన్ని తెలుసుకున్న వారికి మరణమనే భయం ఉండదు. భగవద్గీత లో శ్రీకృష్ణుడు ఇచ్చిన ఈ నిగూఢ రహస్యాన్ని "సాంఖ్యయోగం" అని సంభోదించబడింది.

ఎటువంటి కఠిన పరిస్థితిని ఎదుర్కొనే సందర్భంలో కూడా మానవుడు నిరాశ చెందక తన యొక్క కర్తవ్యమును పూర్తి చేయవలెను . అలాగే ప్రతి ఒక్కరు సత్యమార్గంలో నడవాలని మరియు సత్యాన్ని ఆదరించాలని కోరినారు.

2.3

క్లైబ్యం మా స్మ గమః పార్థ నైతత్త్వయ్యుపపద్యతే |
క్షుద్రం హృదయదౌర్బల్యం త్యక్త్వోత్తిష్ఠ పరంతప ||

कैल्ब्यं मा स्म गमः पार्थ नैतत्त्वय्युपपद्यते ।
क्षुद्रं हृदयदौर्बल्यं त्यक्त्वोत्तिष्ठ परन्तप ॥

మానవ దేహం బాల్యము, యవ్వనము మరియు ముసలితనము గుండా సాగిపోతుంది. అదేవిధంగా మరణ సమయంలో జీవాత్మ ఒక దేహం వదలి మరో దేహం లోకి ప్రవేశిస్తుంది. మరణం ఈ శరీరంలో ఉన్న ఆత్మకు కాదు అని తెలుసుకున్న వివేకవంతులు ఆందోళన పడరు.

2.7

కార్పణ్యదోషోపహతస్వభావః పృచ్ఛామి త్వాం
ధర్మసంమూఢచేతాః |

యచ్ఛ్రేయః స్యాన్నిశ్చితం బ్రూహి తన్మే శిష్యస్తే హం శాధి మాం
త్వాం ప్రపన్నమ్ ||

कार्पण्यदोषोपहतस्वभावः पृच्छामि त्वां
धर्मसंमूढचेताः ।

यच्छ्रेयः स्यान्निश्चितं ब्रूहि तन्मे शिष्यस्तेऽहं शाधि
मां त्वां प्रपन्नम् ॥

అర్జునుడు శ్రీకృష్ణుడితో ఇలా పలికెను ఆందోళన మరియు భయము నన్ను ఆవహించినాయి. నా కర్తవ్యం ఏమిటో తెలియడం లేదు. నేను నీ శిష్యుడిని, నీకు శరణాగతుడిని, దయవుంచి నాకు ఏది శ్రేయస్కరమో ఉపదేశించుము.

2.16

నాసతో విద్యతే భావో నాభావో విద్యతే సతః |
ఉభయోరపి దృష్ట్యో న్తస్తనయోస్తత్త్వదర్శిభిః ||

नासतो विद्यते भावो नाभावो विद्यते सतः ।
उभयोरपि दृष्टोऽन्तस्त्वनयोस्तत्त्वदर्शिभिः ॥

అసత్యమునకు (భౌతికదేహము) ఉనికి లేదని, మరియు శాశ్వతమైన సత్యము (ఆత్మ) కూ నాశనము లేదు. ఈ రెండింటి తత్త్వమును అధ్యయనం చేసినవారు ధృవీకరించినారు.

2.22.

వాసాంసి జీర్ణాని యథా విహాయ నవాని గృహ్ణతి నరోఽపరాణి |
తథా శరీరాణి విహాయ జీర్ణాన్యన్యాని సంయాతి నవాని దేహీ ||

वासांसि जीर्णानि यथा विहाय नवानि गृह्णाति नरोऽपराणि ।
तथा शरीराणि विहाय जीर्णान्यन्यानि संयाति नवानि देही ॥

మానవుడు పాత వస్త్రాన్ని విడిచి నూతన వస్త్రాన్ని ధరించినట్లు, జీవాత్మ పాత దేహాన్ని విడిచి నూతన దేహాన్ని స్వీకరిస్తుంది.

2.31

స్వధర్మపి చావేక్ష్య న వికమ్పితుమర్హసి |
ధర్మ్యాద్ధి యుద్ధాచ్ఛేయో న్యత్ క్షత్రియస్య న విద్యతే ||

स्वधर्ममपि चावेक्ष्य न विकम्पितुमर्हसि ।
धर्म्याद्धि युद्धाच्छ्रेयोऽन्यत्क्षत्रियस्य न विद्यते ॥

క్షత్రియునిగా నీ స్వధర్మమును అనుసరించి ధర్మానుసారము ధర్మరక్షణ కొరకు యుద్ధం చేయటమే నీ కర్తవ్యము. ఈ విషయమున సంశయించనవసరం లేదు.

కర్మయోగము యొక్క మూల సిద్ధాంతము

ఫలాపేక్ష రహితమే కర్మయొక్క మూల ఉద్దేశం.కర్మ బాహ్యఫలం ఫలితం పై కాకుండా కేవలం సమర్పణా భావాన్ని పొంది ఉంటుంది. ఫలాపేక్షణ లేకుండా కర్మలను చేయడమనేది అత్యంత శ్రేష్టమైనది. అదే నిజమైన "కర్మయోగం".

కర్మయోగము యొక్క మూల సిద్ధాంతము

భగవద్గీత రెండో భాగంలో శ్రీకృష్ణుడు కర్మయోగము యొక్క రహస్యమును లేదా ఎటువంటి రీతిలో సమర్పణాభావంతో కర్తవ్యాలను నిర్వహించాలనే విధానాన్ని అర్జునుడికి ఉపదేశించెను.

మనం సాధారణమైన చిన్న చిన్న పనులను కూడా మనస్ఫూర్తిగా సమర్పణాభావంతో చేయడాన్ని అలవాటు చేసుకోవడం ద్వారా మన పని అత్యద్భుతమైన సిద్దులను కలుగచేస్తుంది.

కొన్ని సార్లు పిల్లలు తమ పాఠాలను ఇంట్లో అధ్యయనం చేసేటప్పుడు లేదా ఇంకేదైన పనిని కేవలం బహుమానం లేదా ఏదో ఒక ప్రతిఫలాన్ని ఆశించి చేయడాన్ని సామాన్యంగా మనము గమనిస్తాము. అలాగే పిల్లలు వారికి తెలియకుండానే ఎల్లప్పుడు ప్రతిఫలాన్ని ఆశిస్తు దానికి ఆకర్షితులై వారు నిర్వహించాల్సిన పని మీద సహజ ఆసక్తిని పోగొట్టుకొని పతనాన్ని పొందుతారు. పిల్లలు కొన్ని వస్తువులను ఇష్టపడటంలో కాని, ఆశించడంలో తప్పులేదు కానీ ప్రతిఫలా నిరీక్షణ ప్రధానంగా ఉన్నప్పుడు అది అత్యాసగా మారుతుంది. ప్రతిఫలాన్ని ఆశించడం మరియు దురాశనే నేటి ప్రపంచంలో మనందరి అనేక సమస్యలకు అసలైన కారణాలు.

ఈ నేపథ్యంలో మనం ఏదైన పనిని చేసేటప్పుడు ఆ పనికి ప్రతిఫలాన్ని ఆశించకుండా ఉండడం చాలా మహత్వమైనది. ఎందుకంటే ప్రతిఫల నిరీక్షణ మనల్ని అసలైన పనిని సమర్థవంతంగా చెయ్యడం నుంచి దూరముంచుతుంది. మనము ప్రతిఫల నిరీక్షణకు ప్రేరేపించబడకుండా ఉంటే

మనవంతు బాధ్యతలను సమర్ధవంతంగా నిర్వహించ గలుగుతాము. పనిని ప్రారంభించక ముందే మన మనస్సు మరియు లక్ష్యము ప్రతిఫలముపైన కేంద్రీకృతము చెందితే మనము, తలపెట్టిన కార్యము దోషపూరితముగాను మరియు అసంపూర్తిగా ఉంటుంది. ప్రతిఫల నిరీక్షణ లేని కార్యమును ప్రారంభించేవారు, ప్రశాంతంగా సంతోషముగా మరియు తన్మయత్వముతో అద్భుతమైన పనులును సునాయాసంగా ముగిస్తారు.

నిజానికి "కర్మలో ఉదాసీనత" అంటే మనం చేపట్టిన పని ఫలితం గురించి చింతించకుండా లక్ష్యాన్ని విడిచిపెట్టకుండా కేవలం విధులను మాత్రము అత్యంత శ్రద్ధతో మరియు ఉత్సాహంతో సంపూర్ణంగా నిర్వహించడమే అవుతుంది. ఫలాపేక్ష రహితమైన కర్మ మూల ఉద్దేశము మరియు లక్ష్యం బాహ్య ఫలితం మీద లేకుండా కేవలం సమర్పణా భావం పొంది ఉంటుంది. కర్మలను చేయడం అత్యంత శ్రేష్ఠమైనది. అదే నిజమైన కర్మయోగం.

మనము క్రీడా జట్టు నాయకుడు, సేనానాయకుడు లేదా దళపతిని గమనించినప్పుడు, వారందరిలో సమానమైన గుణాలను చూడగలుగుతాము. ఈ నాయకులందరూ కర్మఫలితం పైన నిరాసక్తులై కేవలం కర్మయోగం ప్రకారంగా వారి వారి కర్తవ్యములను నిర్వహిస్తారు..

కఠినమైన సవాళ్ళను లేదా ఒత్తిడితో కూడిన సందర్భాలలో మనము కోపం, ఉద్రేకము వంటి వికారాలను పొందితే అది సమస్యలను తగిన విధంగా పరిష్కరించడానికి, అలాగే సమర్ధుడైన నాయకుడు కావడానికి మరియు ఇతరులకు మార్గదర్శకం అవ్వడానికి సాధ్యమవ్వదు.

ఎవరైతే అన్ని సందర్భాలలో ప్రశాంతంగా, శాంతియుతంగా జయాపజయాల ఒత్తిడి లేకుండా తన కర్తవ్యాలను నిర్వహిస్తారో వారే నిజమైన సమర్ధుడైన నాయకుడు అనే గౌరవానికి పాత్రుడౌతాడు. అటువంటి వ్యక్తులను భగవద్గీతలో "ముని" లేదా "ఋషి" అని సంభోదిస్తారు.

2.40

నేహాభిక్రమనాశోஉస్తి ప్రత్యవాయో న విద్యతే |
స్వల్పమప్యస్య ధర్మస్య త్రాయతే మహతో భయాత్ ||

नेहाभिक्रमनाशोऽस्ति प्रत्यवायो न विद्यते ।
स्वल्पमप्यस्य धर्मस्य त्रायते महतो भयात् ॥

కర్మలను చేయడంవలన నష్టంకాని, హాని కాని కలుగదు. మనం చేసే చిన్న చిన్నపనులను సక్రమంగా చేస్తే పెద్ద ప్రమాదాల నుండి తప్పించుకోవచ్చు.

2.47

కర్మణ్యేవాధికారస్తే మా ఫలేషు కదాచన |
మా కర్మఫలహేతుర్భూర్మా తే సంగోఽల్ల సజ్ఞో / స్త్వకర్మణి ||

कर्मण्येवाधिकारस्ते मा फलेषु कदाचन ।
मा कर्मफलहेतुर्भूर्मा ते सङ्गोऽस्त्वकर्मणि ॥

నీకు కర్మలను నిర్వహించే అధికారము మాత్రమే కలదు. కానీ ఆ కర్మఫలములు పైన కాదు. ఫలము లేని కర్మలను చేయడం వలన నీవు అశక్తుడువు కాదు. కర్మఫలము లేదని కర్మను చేయకుండా ఉండవద్దు.

2.50

బుద్ధియుక్తో జహాతీహ ఉభే సుకృతదుష్కృతే |
తస్మాద్యోగాయ యుజ్యస్వ యోగః కర్మసు కౌశలమ్ ||

बुद्धियुक्तो जहातीह उभे सुकृतदुष्कृते ।
तस्माद्योगाय युज्यस्व योगः कर्मसु कौशलम् ॥

కర్మయోగము యొక్క జ్ఞానము నుంచి మానవుడు ఈ జన్మలోనే సత్కర్మ మరియు దుష్కర్మ నుంచి వచ్చిన పాపపుణ్యములు నుంచి ముక్తి పొందుతాడు. ఫలితంపై ఆసక్తి లేకుండా ఉత్తమముగా కర్మనిర్వహిస్తే అది నీ పనిలో శ్రేష్ఠతను కనపరుస్తుంది.

2.56

దుఃఖేష్వనుద్విగ్నమనాః సుఖేషు విగతస్పృహః |
వీతరాగభయక్రోధః స్థితధీర్మునిరుచ్యతే ||

दुःखेष्वनुद्विग्नमनाः सुखेषु विगतस्पृहः ।
वीतरागभयक्रोधः स्थितधीर्मुनिरुच्यते ॥

క్లిష్ట పరిస్థితుల్లో ఎవరైతే మానసికంగా కలవరపడరో, సుఖమైన పరిస్థితులలో ప్రాకులాడని వారు మరియు క్రోధమును, భయమును విడిచిన వాడిని ఋషి, లేదా ముని అని అంటారు.

అధ్యాయం – 3

అంతరాత్మ దర్శనం

మనం మన అంతరంగంలో ఉన్న పరమాత్మ ధ్వనిని వినడం ప్రారంభిస్తే
ఆత్మసంతోషం కోసం చేసే ప్రయాణం వేగంగా ఉంటుంది.
ఎందుకంటే దాని సారథి స్వయంగా దైవాంశ సంభూతుడైన
భగవంతుడే.

ఓం శ్రీ పరమాత్మనే నమః

అధ్యాయం –3

అంతరాత్మ దర్శనం

కృష్ణుడు అర్జునుడికి ఒక పక్క ప్రశాంతంగా ఫలాపేక్ష రహితంగా ఉండవలెనని, అలాగే ఇంకోవైపు యుద్ధములో పాల్గొని తన కర్తవ్యమును నిర్వహించమని మార్గదర్శనం చేసారు. కృష్ణుడి యొక్క ఈ మాటలతో అర్జునుడు గందరగోళానికి గురయ్యాడు. అర్జునుడు పరస్పర విరుద్ధమైన కర్తవ్యమును ఒకేసారి నిర్వహించడం ఎలా సాధ్యమని ఆందోళన చెందుతున్నాడు. అయోమయంలో అర్జునుడు కృష్ణుడితో ఇలా అనెను హే కృష్ణ! "ఆధ్యాత్మిక జ్ఞానము, భౌతిక కర్మ కంటే శ్రేష్ఠము" అని ఒక పక్క సూచిస్తూ మరోవైపు భౌతిక కర్మయైన యుద్ధంలో పాల్గొనమని సూచిస్తున్నావు. ఇది ఎలా సాధ్యం అని ప్రశ్నించెను?

ఈ ప్రశ్నకూ శ్రీకృష్ణుడు చిరునవ్వుతో హే అర్జునా ఏ మనిషైన కర్మరహితుడై ఒక్క క్షణము కూడా గడపడానికి సాధ్యపడడు. బాహ్యంగా కర్మ చేయనట్లు కనిపించినా అంతర్లీనంగా మనిషిలో కర్మలు జరుగుతూనే ఉంటాయి.

ఉదాహరణకు:- ఆలోచనలు, జీర్ణక్రియ, శ్వాసక్రియ మొదలైనవి. ఇది ప్రకృతి ధర్మం కాబట్టి ఈ నియమాలను మార్చడం ఎవ్వరివల్లా సాధ్యపడదు. మానవుడు కర్మలు చేయకుండ ఉండటం అనేది సాధ్యంకాదు. కర్మ చెయ్యకుండా ఉండటం కంటే, చేయడమే ఉత్తమము. కర్మ అనేది నిత్య జీవితంలో అనుభవాలను, అలాగే పని తీరును మెరుగు పరుస్తుంది. కర్మ చేయకుండా జీవితంలో ఏదీ సాధించలేమనే దివ్య సందేశాన్ని శ్రీకృష్ణుడు బోధించెను.

మనం ఫలితం ఆశించకుండా చేసే ప్రతిపని ఆధ్యాత్మిక కార్యంగా మారుతుంది. అదికాకుండా మనల్ని కర్మబంధాల నుండి విముక్తి చేస్తుంది. ఈ విధంగా మనం కర్మలను ఆచరిస్తే కర్మ బంధాల నుండి విముక్తి పొందగలం.

మానవ శరీరంలో పొందు పరచి ఉన్న జీవాత్మ మన మనస్సు మరియు పంచేంద్రియాల అవగాహనకు అతీతమైనది. దేహంలో అంతర్లీనమై ఈ ఆత్మతత్వమును జ్ఞానులు అనేక పేర్లతో పిలుస్తారు. కృష్ణుడు ఈ మహాతత్వమును అర్జునుడికి ఒక సరళమైన సూత్రములతో వివరించాడు. మనం చేసే ప్రతి కర్మను మన అంతరంగంలో ఉన్న దైవాత్మపై దృష్టి కేంద్రీకరించి, అతనికి సమర్పించవలెను. మన అంతరంగం నుండి వస్తున్న ధ్వనిని మనం వినడం ప్రారంభించినప్పుడు మన ప్రయాణం "ఆత్మానందం" వైపు వేగంగా పయనించడం ప్రారంభం అవుతుంది. ఎందుకంటే ఆ ఆధ్యాత్మిక ప్రయాణం యొక్క సారధి స్వయంగా దైవ పురుషుడైన భగవంతుడే. ఈ పరమ దివ్యమైన సందేశాన్ని శ్రీకృష్ణుడు అర్జునుడి మూలంగా మనందరికి వివరించినాడు.

3.1

జ్యాయసీ చేత్ కర్మణస్తే మతా బుద్ధిర్జనార్దన |
తత్ కిం కర్మణి ఘోరే మాం నియోజయసి కేశవ ||

ज्यायसी चेत्कर्मणस्ते मता बुद्धिर्जनार्दन ।
तत्किं कर्मणि घोरे मां नियोजयसि केशव ॥

అర్జునుడు శ్రీకృష్ణుడిని ఇలా ప్రశ్నించెను – "ఓ జనార్దనా కర్మకంటే జ్ఞానమే శ్రేష్ఠమైనచో ఈ ఘోరమైన యుద్ధం ఎందుకు చేయమంటున్నావు"

3.5

న హి కశ్చిత్ క్షణమపి జాతు తిష్ఠత్యకర్మకృత్ |
కార్యతే యవశః కర్మ సర్వః ప్రకృతిజైర్గుణైః ||

न हि कश्चित्क्षणमपि जातु तिष्ठत्यकर्मकृत् ।
कार्यते ह्यवशः कर्म सर्वः प्रकृतिजैर्गुणैः ॥

శ్రీకృష్ణుడు ఇలా పలికెను ఎవరైన ఒక క్షణం కూడా కర్మను ఆచరించకుండా ఉండలేరు. ఎందుకంటే ప్రకృతి జీవితమైన స్వభావాలచే ప్రభావితం చెంది ప్రతి వ్యక్తి కర్మకు బందీ అవుతాడు.

3.8

నియతం కురు కర్మ త్వం కర్మ జ్యాయో హ్యకర్మణః |
శరీరయాత్రాపి చ తే న ప్రసిద్ధ్యేదకర్మణః ||

नियतं कुरु कर्म त्वं कर्म ज्यायो ह्यकर्मणः ।
शरीरयात्रापि च ते न प्रसिध्येदकर्मणः ॥

శాస్త్రానికి అనుగుణంగా కర్మలను ఆపేక్ష లేకుండా చేస్తూనే ఉండు ఎందుకంటే అకర్మ కంటే కర్మ నే ఉత్తమమైనది. కర్మను త్యజించడం వల్ల ఏకార్యము సాధ్య పడదు.

3.30

మయి సర్వాణి కర్మాణి సన్న్యస్యాధ్యాత్మచేతసా |
నిరాశిర్నిర్మమో భూత్వాయుద్ధ్యస్వ విగతజ్వరః ||

मयि सर्वाणि कर्माणि संन्यस्याध्यात्मचेतसा ।
निराशीर्निर्ममो भूत्वा युध्यस्व विगतज्वरः ॥

మానవ శరీరంలో ఉన్న అంతరాత్మ అయినా నా యందే నీ చిత్తమును ఉంచి, కర్మలన్నింటిని నాకే సమర్పించి మమత మరియు దుఃఖమును త్యజించి యుద్ధం చేయుము.

3.42

ఇంద్రియాణి పరాణ్యాహురింద్రియేభ్యః పరం మనః |
మనసస్తు పరా బుద్ధిర్యో బుద్ధేః పరతస్తు సః ||

इन्द्रियाणि पराण्याहुरिन्द्रियेभ्यः परं मनः ।
मनसस्तु परा बुद्धिर्यो बुद्धेः परतस्तु सः ॥

ఇంద్రియముల కంటే ఉత్తమము మనసు, మనసు కంటే ఉత్తమము బుద్ధి, బుద్ధి కన్నా శ్రేష్ఠమైనది పరమాత్ముడి తత్వ రూపమైన ఆత్మ.

అధ్యాయం – 4

మనందరి అంతరంగ నాయకుడిశక్తి

ప్రతి మానవుడికి దైవ ప్రతినిధి అవ్వగలిగే శక్తి ఉంది. అది ఎప్పుడు సాధ్యపడుతుందంటే మానవుడిలో ఉన్న దైవ లక్షణాలను మేల్కొల్పినప్పుడు.

ఓం శ్రీ పరమాత్మనే నమః

మనందరి అంతరంగ నాయకుడిశక్తి

శ్రీకృష్ణుడు అర్జునుడికి అభయాన్నిస్తు "హే అర్జునా ఎప్పుడైతే ఈ భూమి మీద ధర్మము క్షీణించి, అధర్మమము పెరిగిపోవునో నేను స్వయముగా అవతరింతును. సజ్జనులను ఉద్ధరించుటకు, దుర్మార్గులను నశింపచేయుటకు మరియు ధర్మాన్ని పునఃప్రతిష్టింప చేసి లోకకళ్యాణం చేకూరుస్తాను అని భరోసా ఇచ్చెను.

వేల సంవత్సరాల క్రితం భగవంతుడు ఇచ్చిన ఈ హామీ ఇప్పటికి విశ్వసనీయమైనది. ప్రస్తుత సందర్భాలలో కూడా అన్వయిస్తుంది.

ముఖ్యంగా ప్రస్తుతకాలంలో భగవంతుని అవతారం యొక్క పరికల్పనను ఎలా అర్ధం చేసుకున్నాం అనేది చాలా అవసరం. నేడు ప్రపంచంలో ఉన్న అజ్ఞానం కారణంగా, సజ్జనులు వివిధరకాల బాధలను మరియు హింసను అనుభవించుచున్నారు. నేడు మానవులలో ఉన్న సమస్యల పరిష్కారానికి ఒకటి కంటే ఎక్కువ దైవాంశ సంభూతులైన వారి అవసరం ఉంది.

సాధారణంగా ప్రకృతి వైపరిత్యాలు లేదా ఇతర విపత్తులు సంభవించినప్పుడు ప్రజలు స్వయం ప్రేరితులై ఆపదలో ఉన్న ప్రజలకు సహాయం చేయడానికి స్వచ్ఛందంగా ముందుకు రావడం మనం గమనిస్తుంటాము. 2016 లో చెన్నైలో వరదలు వచ్చినప్పుడు సామాన్య ప్రజలు కుల మత బేధాలను వీడి నిస్వార్ధంగా సహాయం చేయడం మనం చూసాం. పరుల శ్రేయస్సు కోసం నిస్వార్ధంగా చేసిన సేవను దైవగుణంగా భావిస్తాము. దానిని మనం ఎల్లప్పుడు గౌరవించవలెను.

ప్రతియొక్క మానవుని అంతరంగంలోదైవశక్తి ఉంటుంది. దానిని మనం నిస్వార్థకర్మలు చేయడం ద్వారా మేల్కొల్పవచ్చు. అంతరంగంలో ఉన్న దైవత్వాన్ని మేల్కొల్పడం వల్ల ప్రతి వ్యక్తి అవతార ప్రతినిధి కావడానికి సామర్థ్యాన్ని పొందుతారు.

ఈ అధ్యాయంలో శ్రీకృష్ణుడు మనలో ఉన్న దోషాలను తొలగించి ఉత్తమ గుణాలను పెంపొందించుకొని మరియు నిస్వార్థ కర్మలు చేయడం ద్వారా పైన వివరించిన తత్వాలను మనందరం సాధించగలం అనేదాన్ని వివరించినారు.

మనము భయము, శోకము, కోరిక మరియు ఫలాపేక్షకు, జయాపజయాలకు లోనుకాకుండా ఎప్పుడు ప్రశాంతంగా, అత్యంత ఉత్సాహం మరియు సంతోషంతో మనం చేసే కర్మలను భగవంతునికి సమర్పించడం అలవాటు చేసుకుంటే మనందరం సంతృప్తికరమైన జీవితాన్ని పొందగలం.

4.7

యదా యదా హి ధర్మస్య గ్లానిర్భవతి భారత |
అభ్యుత్థానమధర్మస్య తదాత్మానం సృజామ్యహమ్ ||

यदा यदा हि धर्मस्य ग्लानिर्भवति भारत ।
अभ्युत्थानमधर्मस्य तदात्मानं सृजाम्यहम् ॥

ఎప్పుడెప్పుడైతే మానవ ప్రపంచంలో చీకటి కమ్ముకొని, అజ్ఞాన వ్యాప్తి చెంది, ధర్మము క్షీణించునో అధర్మము ప్రబలునో నేను స్వయంగ అవతరించి రక్షించెదను.

4.10

వీతరాగభయక్రోధాః మన్మయా మాముపాశ్రితాః |
బహవో జ్ఞానతపసా పూతా మద్భావమాగతాః||

वीतरागभयक्रोधा मन्मया मामुपाश्रिताः ।
बहवो ज्ञानतपसा पूता मद्भावमागताः ॥

ఎవరైతే రాగము, భయము, క్రోధమును జయించి ధృఢమైన చిత్తముతో నన్నుచేరుకోవడానికి నా ధ్యానము చేస్తారో వారు వాస్తవికంగా నన్ను పొందుతారు.

4.19

యస్య సర్వే సమారంభాః కామసంకల్పవర్జితాః |
జ్ఞానాగ్నిదగ్ధకర్మణం తమాహుః పండితం బుధాః ||

यस्य सर्वे समारम्भाः कामसङ्कल्पवर्जिताः ।
ज्ञानाग्निदग्धकर्माणं तमाहुः पण्डितं बुधाः ॥

ఎవరైతే శాస్త్రాలను ఆచరిస్తూ ఏమియు అపేక్షించుకుండా భౌతిక సుఖాలను కోరుకోకుండా కర్మలను చేస్తాడో, అలాగే ఎవరి కర్మలు జ్ఞానాగ్నిలో భస్మమగునో అలాంటి వ్యక్తి నిజమైన జ్ఞాని లేదా ముని అనడానికి యోగ్యుడు.

4.22

యదృచ్ఛాలాభసంతుష్టో ద్వంద్వాతీతో విమత్సరః |
సమః సిద్ధావసిద్ధౌ చ కృత్వాపి న నిబధ్యతే ||

यदृच्छालाभसन्तुष्टो द्वन्द्वातीतो विमत्सरः ।
समः सिद्धावसिद्धौ च कृत्वापि न निबध्यते ॥

ఏ వ్యక్తి అయితే తనకు లభించిన దానితో సంతృప్తిచెంది మాత్సర్యము మరియు అసూయ రహితుడై గెలుపు ఓటములను సమాన భావంతో చూస్తారో, సుఖదుఃఖాలకు అతీతులై ఉంటారో అలాంటి జ్ఞాని ఎప్పటికి కర్మ అనే బంధానికి లోనుకారు. ఎందుకంటే అలాంటి వారు బంధాలకు అతీతంగా ఉంటారు.

అధ్యాయం – 5

కోరిక మరియు కోపము యొక్క నియంత్రణ

మానవుడు స్వేచ్ఛ మరియు సంతోషమైన జీవితాన్ని గడపాలంటే తప్పనిసరిగా కోరికలను మరియు కోపాన్ని నియంత్రించుకోవాలి.

ఓం శ్రీ పరమాత్మనే నమః

కోరిక మరియు కోపము యొక్క నియంత్రణ

మనము మన కోరికలను మరియు కోపమును నియంత్రణలో ఉంచుకొని ప్రతి యొక్క కర్మను అంకిత భావముతో చేసినప్పుడు యుక్తమైన మరియు పరమ సంతోషమైన జీవితమును ఆనందించవచ్చు.

అర్జునుడు శ్రీకృష్ణుడిని "సన్యాస మరియు కర్మయోగములలో ఉత్తమమైనది ఏది? అన్నదాన్ని మరొకసారి తెలియచేయమని కోరెను. అప్పుడు కృష్ణుడు "సన్యాస" మరియు "కర్మయోగము" యొక్క లక్ష్యం ఒకటైనప్పటికీ కూడా కర్మయోగము యొక్క మార్గము అత్యంత శ్రేష్టమైనది అని బోధించెను. మానవుడు ఉత్తమమైన కర్మలను ఆచరించడం వలన అతనికి ఆత్మజ్ఞానము కలుగుతుంది. అలాంటి జ్ఞానము కలిగిన వ్యక్తి పండితుడు, ఏనుగు, ఆవు, పిల్లి మొదలైన అన్ని జీవులలో ఉన్న ఆత్మ ఒక్కటే అని పరమాత్మ యొక్క వివిధ రూపములే అని తెలుసుకుంటాడు. ఎందుకంటే మనిషి సమస్త జీవరాశుల్లో ఉండే దివ్యశక్తి ఒకటేననే సత్యమును తెలుసుకొని ఉంటారు.

కృష్ణుడు స్వేచ్ఛాయుతమైన మరియు నిజమైన పరమానందానికి రాజమార్గాన్ని అందరికి తెరచి ఉంచెను. మానవుడిలో కోరిక మరియు కోపము హఠాత్తుగానే వస్తాయి. మానవుడు తెలివితో కోరిక మరియు కోపము నియంత్రించుకుంటూ ఉండటంవలన అన్ని సందర్భముల్లో స్థిరమైన బుద్ధితో అతను జీవితాంతం అత్యద్భుతమైన పరమానందమైన అనుభూతిని పొందుతాడు.

పైన కనబరచిన ఈ తత్వమును ఒక సులభమైన ఉదాహరణముతో

అర్ధం చేసుకోవచ్చు. మనము పరీక్షకు చదివేటప్పుడు చాలా సార్లు మనకు ఆటలాడాలని లేదా వీధుల చుట్టాలనే ఆశ విద్యార్థులలో కలుగుతుంది మరియు కొన్ని సందర్భాలలో మనకు నచ్చిన విధంగా జరగలేదని లేదా మన ఆత్మీయులు మన మాట వినలేదని మనము చాలా కోపము చెందుతాము. ఇలాంటి సందర్భాలలో మనము మన ఆశ మరియు క్రోధమునకు లోనైతే పరీక్ష సమయములో వీటి పరిణామంగా మనము సమాధానము రాయలేము. అంతేకాకుండా ఆత్మీయుల దగ్గర మన సంబంధము కూడా పాడవుతుంది.

మనము మన కోరిక మరియు కోపమును నియంత్రణంలో ఉంచుకుని ప్రతి యొక్క కర్మను సమర్పణా భావంతో చేయగలిగితే స్వేచ్చ మరియు పరమ సంతోషమైన జీవనాన్ని పొందవచ్చును.

మన తల్లిదండ్రులు మన దగ్గర ఏమియు ఆశించకుండా ఆహార పదార్దాలను ఏలా ప్రేమతో సిద్ధపరుస్తారో అదేరీతిలో మనము కూడా ప్రీతితో కర్మను సమర్పణా భావంతో మన అంతర్యామి అయిన ఆత్మ తత్వమునకు సమర్పణ చేయడంతో మనము చేసే అన్ని కర్మలు అత్యుత్తముగా మనకి పరమశాంతి మరియు సంతోషమును తెచ్చిపెడతాయి.

5.2

శ్రీ భగవానువాచ |
సన్న్యాసః కర్మయోగశ్చ నిఃశ్రేయసకరావుభౌ |
తయోస్తు కర్మసన్న్యాసాత్ కర్మయోగో విశిష్యతే ||

श्रीभगवानुवाच —
संन्यासः कर्मयोगश्च निःश्रेयसकरावुभौ ।
तयोस्तु कर्मसंन्यासात्कर्मयोगो विशिष्यते ॥

శ్రీకృష్ణుడు ఇలా పలికెను:

కర్మ సన్న్యాసము మరియు కర్మయోగము రెండూ శ్రేయస్కరమైనవే. కాని కర్మయోగము కర్మ సన్న్యాసము కన్నా శ్రేష్ఠమైనది.

5.18

విద్యావినయసమ్పన్నే బ్రాహ్మణే గవి హస్తిని |
శుని చైవ శ్వపాకే చ పండితాః సమదర్శినః ||

विद्याविनयसम्पन्ने ब्राह्मणे गवि हस्तिनि ।
शुनि चैव श्वपाके च पण्डिताः समदर्शिनः ॥

ఎవరి దృష్టి జ్ఞాన కాంతితో ప్రకాశిస్తుందో అతనికి విద్యావినయ సంపన్నుడైన బ్రాహ్మణుడు, గోవు, ఏనుగు, కుక్క మరియు నరమాంస భక్షకుడిని కూడా సమానభావంతో చూస్తారు.

5.23

శక్నోతీహైవ యః సోఢుం ప్రాక్ శరీరవిమోక్షణాత్ |
కామక్రోధోద్భవం వేగం స యుక్తః స సుఖీ నరః ||

शक्नोतीहैव यः सोढुं प्राक्शरीरविमोक्षणात् ।
कामक्रोधोद्भवं वेगं स युक्तः स सुखी नरः ॥

ఎవరైతే ఇంద్రియ వాంఛలకు అడ్డుకట్టవేసి, కామక్రోధములను నియంత్రించగలరో అతనికి ఈ జన్మలో ఉత్తమ జ్ఞానము మరియు ఆత్మశాంతి లభ్యమవుతుంది.

అధ్యాయం – 6

ప్రపంచ దృష్టికోణాన్ని అభివృద్ధి చేసుకోవడం

అంకితభావం

విశ్వవ్యాప్తమైన దృష్టికోణాన్ని పొందిన విద్యార్థి ధర్మము, జాతి, మత, పంతము, సమాజము, మరియు రాష్ట్రం అనే సంకుచిత భావమునకు లోనుకాకుండా తనలో ఉన్న దైవాంశమే విశ్వమంతటిలో నెలకొని ఉందనే పరమ సత్యమును తెలుసుకొని ఉంటాడు.

ఓం శ్రీ పరమాత్మనే నమః

ప్రపంచ దృష్టికోణాన్ని అభివృద్ధి చేసుకోవడం

ఈ అధ్యాయము మానవుడు తన జీవితంలో పాటించాల్సిన క్రమశిక్షణ యొక్క మహత్యమును గురించి బోధిస్తున్నది. మనము చేసే అన్ని కర్మలు ఫలాపేక్ష లేకుండా చేసి భగవంతుడికి అర్పిస్తే మనము అత్యద్భుతమైన సిద్ధులను సాధించగలుగుతామ. ఫలత్యాగ భావముతో నిరంతరం కర్మలను చేస్తూ మానవుడు తన మనస్సును విశాలపరుచుకొని అలాగే తన యొక్క మేధాశక్తిని పెంపొందించుకోవడానికి సాధ్యమవుతుంది.

మనము క్రమశిక్షణతో నియమితమైన ఆహారాన్ని స్వీకరిస్తూ, నిద్ర మరియు కర్తవ్యములను క్రమబద్ధముగా నిర్వహించినప్పుడు మన మనస్సు ప్రసన్నం చెంది మన జీవితం దుఃఖము మరియు ఒత్తిడి లేకుండా ఆనందదాయకంగా ఉంటుంది.

విద్యార్థలు తమ జీవితంలో క్రమశిక్షణను పైన తెలియపరిచిన నియమాలను అలవాటు చేసుకుంటే పంచమశీలులైన మరియు విశాలమైన మనస్సు కలవారై, అందరిలో ఉన్న జీవాత్మ ఒకటే అనే పరమ సత్యాన్ని తెలుసుకొనగలుగుతారు. అలాంటి విద్యార్థి ధర్మము,జాతి,మత, కుల, సమాజము, రాష్ట్రము మరియు దేశము ఏ యొక్క సంకుచిత భావమునకు లోను కాకుండా తనలో ఉన్న దైవాంశమే విశ్వమంతటిలో నెలకొని ఉందనే పరమ సత్యమును తెలుసుకుంటారు.

విద్యార్థి ఇలాంటి క్రమశిక్షణగల జీవన విధానాన్ని అనుసరిస్తే మరియు నిస్సందేహంగా అన్నిటిని సహనంతో స్వీకరించినప్పుడు తనకు ఇతరులకు తేడా కనిపించదు. అందరూ తనలాగే అని అతను భావిస్తాడు.

నేటి సందర్భాలలో విద్యార్థులు ఇలాంటి జాగృతిక మరియు విశాలమైన దృష్టికోణాన్ని అలవాటు చేసుకోవడం సమాజ అభివృద్ధికి అత్యవసరమైనది.

6.1

శ్రీభగవానువాచ |
అనాశ్రితః కర్మఫలం కార్యం కర్మ కరోతి యః |
స సన్యాసీ చ యోగీ చ న నిరగ్నిర్న చాక్రియః ||

श्रीभगवानुवाच –
अनाश्रितः कर्मफलं कार्यं कर्म करोति यः ।
स संन्यासी च योगी च न निरग्निर्न चाक्रियः ॥

శ్రీకృష్ణుడు ఇలా పలికెను :

ఫలాపేక్ష లేకుండా ఎవరైతే కర్మలను నిర్వహిస్తారో అతనే నిజమైన సన్యాసి లేదా యోగి అనబడుతాడు. అంతేకాని కేవలం అగ్ని హోత్ర యజ్ఞం వంటివి మరియు కర్మలను వదిలి పెట్టిన వారు నిజమైన సన్యాసి మరియు యోగి కాదు.

6.17

యుక్తాహారవిహారస్య యుక్తచేష్టస్య కర్మసు |
యుక్తస్వప్నావబోధస్య యోగో భవతి దుఃఖాహా ||

युक्ताहारविहारस्य युक्तचेष्टस्य कर्मसु ।
युक्तस्वप्नावबोधस्य योगो भवति दुःखहा

ఎవరైతే ఆహారము, నిద్ర, విహారముల కర్మలను క్రమబద్ధతతో చేస్తారో వారు యోగాభ్యాసంతో అన్ని ఐహిక దుఃఖముల యందు పరిహారాన్ని పొందటంలో సమర్థులౌతారు .

6.29

సర్వభూతస్థమాత్మానం సర్వభూతాని చాత్మని |
ఈక్షతే యోగయుక్తాత్మా సర్వత్ర సమదర్శనః ||

सर्वभूतस्थमात्मानं सर्वभूतानि चात्मनि ।
ईक्षते योगयुक्तात्मा सर्वत्र समदर्शनः ॥

ఎవరైతే తనలో ఉన్నది ఆ పరబ్రహ్మ అంశమని తెలుసుకొని ఏ భేదభావము లేకుండా అన్ని జీవరాశులను సమానమైన భావంతో చూస్తారో అతను నిజమైన ఆత్మసాక్షాత్కారం పొందిన వ్యక్తి అవుతాడు. జీవాత్మను సకల జీవులలోను మరియు సకల జీవులలో అదే జీవాత్మను చూసెను.

దైవత్వము యొక్క విశ్వవ్యాప్తి అస్తిత్వము

విశ్వములో నెలకొన్న అత్యుత్తమమైన మరియు పరిశుద్ధమైనవి
అన్నియు దైవత్వమును పొందిఉంటుందని
మనము తెలుసుకోవచ్చు మరియు గుర్తించవచ్చు.
ఓం శ్రీ పరమాత్మనే నమః

అధ్యాయం–7

దైవత్వము యొక్క విశ్వవ్యాప్తి అస్తిత్వము

"యోగం" అనే పదానికి అర్థం "ఏకత్వం" అని శ్రీకృష్ణుడు ఈ అధ్యాయములో పరమాత్మ తత్వంతో ఒకటైన జ్ఞానాన్ని బోధిస్తున్నాడు. శ్రీకృష్ణుడు ఈ అధ్యాయంలో అర్జునుడికి దైవత్వం విశ్వమంతటి సర్వవ్యాప్తి చెందినది అని బోధిస్తున్నాడు. ఈ దైవత్వమే నీటిలోని రుచిగా, సూర్య చంద్రులలో కాంతిగా, విశ్వసృష్టి మూలమంత్రం ఓంకారంగా మరియు మానవునిలో చైతన్య శక్తిగా అన్నింటిలో నెలకొని ఉన్నది. ఈ విశ్వములోని చరచరాల్లో అత్యుత్తమమైనది మరియు పరిశుద్ధమైనది భగవంతుని మూలతత్వము అన్న విషయాన్ని మనం తెలుసుకొనవలెను. మనస్సుకు ఆహ్లాదాన్ని కలిగించే పరిమళం, అగ్నిలో ఉన్న తేజస్సు, వాటన్నింటి మూలశక్తి ఈ దైవాంశమే అని మనందరం గ్రహించాలి. ఈ విధంగా విశ్వంలో నెలకొని ఉన్న అత్యుత్తమ మరియు పరిశుద్ధంగా ఉన్నవన్నియూ దైవాంశమే అని అర్థంచేసుకోవాలి.

శ్రీకృష్ణుడు అర్జునుడికి "నేను సర్వాంతర్యామిని మరియు విశ్వము యొక్క ఉనికి నా నుండే". ఇక్కడ ప్రయోగించిన "నేను" మరియు "నా నుండి" అనే శబ్దములు పరమాత్మ యొక్క దైవత్వమును మరియు అతని సర్వవ్యాప్తిని చాటి చెబుతాయి. శ్రీకృష్ణుడు అర్జునుడికి ఈ దైవత్వమే అందరిలో ప్రబలమై మహాశక్తిని ఇస్తుందని తెలియజేస్తాడు.

పరమాత్మ మనిషికి ఒకే ఒక్క కోరికను కలిగి ఉండేందుకు అనుమతించాడు. ఆకోరికే మన స్వధర్మపాలన లేదా నైతిక విధి. ప్రతివ్యక్తికి తనదైన స్వధర్మం ఉంటుంది. ఉదాహరణకు విద్యార్థి యొక్క ధర్మము శిక్షణ

పొందడం, గురువు యొక్క ధర్మము శిక్షణను బోధించడం, రాజకీయ వేత్త యొక్క ధర్మం తన అనుచరులను సరైన మార్గంలో నడిపించడం, వైద్యుడి ధర్మం రోగాలను నయం చేయడం మరియు సైనికుడి ధర్మం దేశప్రజలను సంరక్షించడం.

వ్యక్తిగత ధర్మం అనేది వ్యక్తి, వ్యక్తికి భిన్నంగా ఉంటుంది. దీనితో ఏకత్వం ఎలా సాధ్యం? అనే ప్రశ్న మనలో సహజంగా కలుగుతుంది. ఈ ప్రశ్నకు భవద్గీతలో శ్రీకృష్ణుడు మానవాళికి ప్రయోజనం కలిగించే కర్మలు చేయడం అత్యుత్తమమైన ధర్మం అని స్పష్టపరిచారు. మనవ్యక్తిగత ధర్మాలను ఇలాంటి మహోద్దేశంతో నిర్వహిస్తే మనందరం ఐకమత్యంగా ఉండగలం. నిస్వార్థంతో కర్మలు చేయడం వలన మానవుడు ఎలాంటి పాపకర్మలకు బందీ కాకుండా విముక్తుడై ఉంటాడు. ఎందుకంటే అతడు భౌతిక మోహాల నుండి ముక్తి పొందుతాడు.

శ్రీకృష్ణుడు విచక్షణా బుద్ధిగల మానవుడు సర్వాంతర్యామి అయిన భగవంతుడిని శక్తితో, నమ్మకంతో పూజించుతారో అలాంటి వారు మహోజ్ఞాని అవుతాడు అని బోధించెను..

7.2

జ్ఞానం తే హం సవిజ్ఞానమిదం వక్ష్యామ్యశేషతః |
యజ్ జ్ఞాత్వా నేహ భూయో న్యజ్ జ్ఞాతవ్యమవశిష్యతే ||

ज्ञानं तेऽहं सविज्ञानमिदं वक्ष्याम्यशेषतः ।
यज्ज्ञात्वा नेह भूयोऽन्यज्ज्ञातव्यमवशिष्यते ॥

ఏ జ్ఞానాన్ని తెలుసుకొన్న పిదప ఇంకా ఏమీ తెలుసుకోవడానికి మిగిలి ఉండదో, ఆ జ్ఞానాన్ని నీకు సంపూర్ణంగా అందిస్తాను.

7.8

రసో/హమప్సు కౌత్తేయ ప్రభాస్మి శశిసూర్యయోః |
ప్రణవః సర్వవేదేషు శబ్దః ఖే పౌరుషం నృషు ||

रसोऽहमप्सु कौन्तेय प्रभास्मि शशिसूर्ययोः ।
प्रणवः सर्ववेदेषु शब्दः खे पौरुषं नृषु ॥

ఓ కుంతీ పుత్రా! నీటి యందు రుచిని నేనే, సూర్య చంద్రుల యొక్క కాంతి నేనే, సర్వవేదములలో ఓంకారాన్ని నేనే, మనిషిలో పౌరుషం నేనే, ఆకాశంలో శబ్దం నేనే.

7.9

పుణ్యో గంధః పృథివ్యాం చ తేజశ్చాస్మి విభావసౌ ।
జీవనం సర్వభూతేషు తపశ్చాస్మి తపస్విషు ॥

पुण्यो गन्धः पृथिव्यां च तेजश्चास्मि विभावसौ ।
जीवनं सर्वभूतेषु तपश्चास्मि तपस्विषु ॥

పృథ్వి యొక్క స్వచ్ఛమైన సుగంధము నేనే, అగ్నిలోని తేజస్సు నేనే, సమస్త జీవులలో జీవశక్తిని నేనే, తపస్సులలో తపస్సును నేనే.

7.11

బలం బలవతాం చాహం కామరాగవివర్జితమ్ ।
ధర్మావిరుద్ధో భూతేషు కామోఽస్మి భరతర్షభ ॥

बलं बलवतां चाहं कामरागविवर्जितम् ।
धर्माविरुद्धो भूतेषु कामोऽस्मि भरतर्षभ ॥

ఓ భరత! వంశీయులలో శ్రేష్ఠుడా, బలవంతులలో కామ రాగ రహితమైన బలమును నేనే, ధర్మ విరుద్ధము కాని లైంగిక క్రియను నేనే.

7.28

యేషాం త్వన్తగతం పాపం జనానాం పుణ్యకర్మణామ్ ।
తే ద్వంద్వమోహనిర్ముక్తా భజన్తే మాం దృఢవ్రతాః ॥

येषां त्वन्तगतं पापं जनानां पुण्यकर्मणाम् ।
ते द्वन्द्वमोहनिर्मुक्ता भजन्ते मां दृढव्रताः ॥

సత్కర్మలను నిస్వార్థంగా నిర్వహించినవారు, పాపములను పూర్తిగా నశింపచేసుకొనిన వారు, ఇంద్రియ సుఖములు, అసూయ మరియు మోహమును సంపూర్ణంగా త్యజించినటువంటి పుణ్యవంతుడు నామీద శ్రద్ధపెట్టి నన్నే పూజిస్తాడు.

దైవిక కర్మాచరణ

విజయవంతమైన నాయకత్వమునకు ఏకాగ్రత, భక్తి మరియు అంకితభావం అనేది అత్యంత ముఖ్యమైన మరియు ప్రయోజనకరమైన గుణాలు అని శ్రీకృష్ణుడు తెలియపరిచాడు.

ఓం శ్రీ పరమాత్మనే నమః

అధ్యాయం -8

దైవిక కర్మాచరణ

భగవద్గీతలోని ఎనిమిదవ అధ్యాయంలో మూడు శ్లోకాలు విద్యార్థుల దృష్టికోణం నుండి ముఖ్యమైనవి ఎంచుకాని వాటిని ఇక్కడ వివరించడం జరిగింది. విజేత అయిన విద్యార్థికి ఏకాగ్రత, భక్తి మరియు అంకితభావం అనేవి అత్యంత ప్రయోజనకరమైన మరియు ప్రభావితమైన గుణాలు అని శ్రీకృష్ణుడు తెలియపరిచాడు. శ్రీకృష్ణుడు అత్యున్నతమైన ఈ మూడు గుణాలను నువ్వు చేసే ప్రతి పనితో అలవాటు చేసుకుంటే విద్యార్థులు అత్యున్నతమైన స్థానాన్ని పొందటం సాధ్యమవుతుందని అర్జునుడికి ఉపదేశించెను.

ఒక ప్రబలితమైన సామెత "యద్భావం తద్భవతి". దీని అర్ధమేమిటంటే మనం నిరంతరంగా దేని గురించి అయితే చింతిస్తామో దానిలాగే మన యోచనలు మరియు గుణములు స్వరూపం చెందుతాయి అని.

ఏకాగ్రత, తన్మయత్వం మరియు నిరంతర క్రియాశీలతతో కర్మలను చేసినప్పుడు అలాంటి క్రియలు దైవిక క్రియలు అని అనిపిస్తాయి. శ్రీకృష్ణుడు ప్రతి కర్మయందు నిరంతరము దైవాన్ని స్మరిస్తు కర్మలను సమర్పణా భావంతో చేస్తాడో అతను అదే దైవముతో సంయోగము చెందుతాడని అర్జునుడికి బోధించెను.

ఇదేరీతిలో విద్యార్థులు వారి నిత్య ఆట పాటలలో, సుఖ దుఃఖాలలో ప్రతి యొక్క క్రియల్లో దైవన్ని స్మరిస్తే అలాంటి విద్యార్థులని దైవిక విద్యార్థులని పిలుస్తారు. అలాంటి విద్యార్థులు సమర్ధవంతులైన నాయకుడిగా దేశాన్ని అత్యున్నతమైన స్థాయికి తీసుకెళ్ళుదంలో ప్రముఖ పాత్ర నిర్వహిస్తారు అని ఈ అధ్యాయం యొక్క అంతరార్ధం.

8.7

తస్మాత్ సర్వేషు కాలేషు మామనుస్మర యుధ్య చ |
మయ్యర్పితమనోబుద్ధిర్ మామేవైష్యస్యసంశయః ||

तस्मात्सर्वेषु कालेषु मामनुस्मर युध्य च ।
मय्यर्पितमनोबुद्धिर्मामेवैष्यस्यसंशयः ॥

హే అర్జునా ! యుద్ధం సమయంలో కాని లేదా కార్యనిర్వాహణ
సమయంలో కాని నువ్వు నిరంతరంగా నీ మనస్సు మరియు బుద్ధిని నాలోనే
నిమగ్నం చేసినప్పుడు నువ్వు సందేహం లేకుండా నన్నే పొందుతావు.

8.8

అభ్యాసయోగయుక్తేన చేతసా నాన్యగామినా |
పరమం పురుషం దివ్యం యాతి పార్థానుచిన్తయన్ ||

अभ्यासयोगयुक्तेन चेतसा नान्यगामिना ।
परमं पुरुषं दिव्यं याति पार्थानुचिन्तयन् ॥

హే పార్థ! నిరంతరమైన అభ్యాసంతో ఎవరైతే ఎల్లప్పుడూ తన మనస్సును
నాలో నిమగ్నం చేసి, సమర్పణా భావంతో యోగమును సాధన చేయు
మానవుడు దివ్యపురుషుడైన పరమాత్మనైన నన్ను తప్పని సరిగా పొందుతాడు.

8.14

అనన్యచేతాః సతతం యో మాం స్మరతి నిత్యశః |
తస్యాహం సులభః పార్థ నిత్యయుక్తస్య యోగినః ||

अनन्यचेताः सततं यो मां स्मरति नित्यशः ।
तस्याहं सुलभः पार्थ नित्ययुक्तस्य योगिनः ॥

హే పార్థ! ఎవరైతే ఎల్లప్పుడూ నా చింతనలో నిమగ్నమై, కొంచం కూడా
చంచలం చెందకుండా, నా భక్తి సేవల్లో మనస్సును నిమగ్నపరుస్తాడో వారు
సులభంగా నన్ను చేరుతారు.

అధ్యాయం -9

ప్రార్థనా మార్గము

ప్రార్థన మార్గము ఏ విధంగా ఉన్నా చిత్తశుద్ధి, భక్తి మరియు ప్రేమతో కూడిన ప్రార్థనే పరిపూర్ణమైనదిగా పరిగణింపబడుతుందని శ్రీకృష్ణుడు తెలియపరిచాడు.

ఓం శ్రీ పరమాత్మనే నమః

ప్రార్థనా మార్గము

మానవులు భగవంతుడిని ప్రార్థించడానికి అనేక విధాల సాంప్రదాయాలను మరియు పద్ధతులను అనుసరించడం మనం చూస్తూ ఉంటాము. వీటిలో ఏవిధానము యోగ్యమైనది మరియు అత్యుత్తమమైనది అనే సందేహం సహజంగా మన మనస్సులో చాలా సార్లు కలుగుతుంది. ఈ సందేహమునకు శ్రీ కృష్ణుడు సమాధానమిస్తూ, మానవుడు చేసే ప్రార్థన ఎలా ఉండాలంటే దానిలో చిత్తశుద్ధి, ప్రేమ మరియు భక్తి ఉంటేనే అది పరిపూర్ణమైన ప్రార్థనగా పరిగణింపబడుతుంది. అదికాకుండా శ్రద్ధా భక్తితో పరిశుద్ధంగా సమర్పించే ఒక్క ఫలం, పుష్పం, పత్రం లేదా జలం కూడా నేను స్వీకరించెదను.

ప్రజలు ధార్మిక స్థలంలో అత్యంత ప్రశాంత చిత్తంతో ప్రార్థన చేయడం మనం చూసే ఉంటాం. కాని బయటకు వచ్చాక వారి మనశ్శాంతిని కోల్పోయి వేరేవారి మీద కోపం తెచ్చుకొని అరవడం చూసి ఉంటాం. ఇది చాలా తప్పు దీని కోసమే శ్రీకృష్ణుడు, చేసే ప్రతికర్మలో భగవంతుడిని స్మరిస్తూ సమర్పణా భావంతో చేయవలెనని ఉపదేశించాడు.

ఈ పైన రీతిలో చేస్తే మనల క్రోధం మరియు దుఃఖం నుండి విడుదల పొంది మనశ్శాంతి మరియు సంతోషాన్ని పొందగలం. మనం చేసే కర్మలను ప్రార్థనతో సమర్పించినప్పుడు మనం ఎలాంటి భారం అనుభవించము.

మన సంతోష క్షణములలో లేదా దాన ధర్మాలు చేసేటప్పుడు లేదా ఇతరులకు సహాయం చేసినప్పుడు ఎలాంటి పనైనా సమర్పణా భావముతో చేయడం వల్ల స్వేచ్ఛతో కూడిన అనుభూతి పొందుతాము. మనం ఇలా ఉండటం వలన మంచి లేదా చెడు పరిస్థితులలో కూడా నిశ్చింతగా ఉంటూ మన అంతరంగం చెప్పిన విధంగా సాగుతూ మన సామర్థ్యాన్ని తెలుసుకొని గమ్యాన్ని చేరుకోగలుగుతాం.

9.26

పత్రం పుష్పం ఫలం తోయం యో మే భక్త్యా ప్రయచ్ఛతి |
తదహం భక్త్యుపహృతమశ్నామి ప్రయతాత్మనః ||

पत्रं पुष्पं फलं तोयं यो मे भक्त्या प्रयच्छति ।
तदहं भक्त्युपहृतमश्नामि प्रयतात्मनः ॥

ఎవరైతే అపారమైన భక్తితో మరియు సమర్పణా భావంతో ఒక్క ఆకుకాని, పుష్పంకాని లేదా నీరు కాని నాకు సమర్పిస్తారో దానిని ప్రీతితో స్వీకరిస్తాను.

9.27

యత్కరోషి యదశ్నాసి యజ్జుహోషి దదాసి యత్ |
యత్తపస్యసి కౌంతేయ తత్కురుష్వ మదర్పణమ్ ||

यत्करोषि यदश्नासि यज्जुहोषि ददासि यत् ।
यत्तपस्यसि कौन्तेय तत्कुरुष्व मदर्पणम् ॥

ఓ కౌంతేయా! నువ్వు చేసే ప్రతిపనికాని, త్యాగంకాని, వ్రతంకాని, తపస్సుకాని, దానం కాని లేదా యజ్ఞం లో సమర్పించు హవిష కానీ అన్నింటిని దైవానికే సమర్పణ చేయాలి.

9.28

శుభాశుభఫలైరేవం మోక్షసే కర్మబన్ధనైః |
సన్న్యాసయోగయుక్తాత్మా విముక్తో మాముపైష్యసి ||

शुभाशुभफलैरेवं मोक्ष्यसे कर्मबन्धनैः ।
संन्यासयोगयुक्तात्मा विमुक्तो मामुपैष्यसि ॥

నువ్వు ఈ రీతిలో సమర్పణా భావంతో ఫలాన్ని ఆశించకుండా నిర్వహించే అన్ని కర్మల నుండి విముక్తి కలిగి చివరగా నా సాక్షాత్కారం కలుగుతుంది.

అధ్యాయం – 10

ప్రకృతిలో పరమాత్మ దర్శనం

ఘనత, వైభవం, అనర్గళమైన వాక్కు, మేధాశక్తి, స్మృతి, బుద్ధి మరియు క్షమ అన్నియు ప్రకృతి యొక్క దైవగుణములు.

ఓం శ్రీ పరమాత్మనే నమః

ప్రకృతిలో పరమాత్మ దర్శనం

శ్రీ కృష్ణుడు ఈ అధ్యాయంలో సర్వశక్తుడైన దైవత్వము సృష్టి ఆరంభం ముందే విశ్వములో నెలకొని ఉన్నదనే పరమ సత్యం మనిషి తెలుసుకొనినప్పుడు అతను ఏ దుష్ట ప్రవృత్తులకు లోను కాకుండా అన్ని రకాల భయాలు మరియు గందరగోళం నుండి ముక్తి చెందుతాడు.

శ్రీ కృష్ణుడు ఉపదేశాన్ని విన్న అర్జునుడు విశ్వములో నెలకొని ఉన్న దైవత్వమును ఎలా గుర్తించవలెను మరియు ప్రపంచంలో ఉన్న చరచరాల్లో దైవిక అస్థిత్వమును ఎలా తెలుసుకొనవలెనో చెప్పమని శ్రీకృష్ణుడిని వేడుకొనెను.

అర్జునుడి ఈ ప్రశ్నకు సమాధానం చెబుతూ శ్రీకృష్ణుడు ఇలా అనెను, విశ్వములోని అత్యంత పెద్ద మరియు అత్యంత చిన్న జీవులలో కూడా దైవత్వం వెలసి ఉంటుంది. ఈ దైవత్వమే అన్ని జీవుల జనన మరణాలకు మూలకారణం. ఇదికాకుండా విశ్వంలో దైవత్వము నెలకొన్నదని వివరించెను.

కీర్తి, వాక్చాతుర్యం మేధాశక్తి, జ్ఞానం, ధైర్యం మరియు క్షమా అన్నియూ ప్రకృతి దైవగుణముల స్వరూపములే. అవే కాకుండా

1. పాలకుడి నైపుణ్యంలో, 2. విజయవంతుని సామర్ధ్యంలో 3.విజేత వ్యూహరచనలో మరియు 4. రహస్యంలోని మౌనంలో తెలుసుకోగలము.

భగవంతుని యొక్క ఈ దివ్యజ్ఞానము మానవుడిని బుద్ధిమంతుడుగా మరియు కీర్తిశాలిగా చేస్తుంది.

విశ్వంలో గోచరించే అద్భుతమైన, దివ్యమైన, అతీంద్రియ సౌందర్యం మరియు తెలివి అన్నింటి అస్థిత్వం దైవమే. విశ్వంలో చరచరాలకు మూలమైన సౌరశక్తి కూడా దైవం నుండే లభిస్తుంది.

దైవత్వము విశ్వమంతటా నెలకొనివున్నది. అలాగే విశ్వము భగవంతుడి ఒక అంశ అనే పరమ సత్యాన్ని ఒకసారి తెలుసుకున్న తరువాత భగవంతుడు సర్వాంతర్యామి మరియు అతని అవతారాలు గురించి ప్రత్యేకంగా తెలుసుకోవలసినది ఏమియూ లేదని అర్జునుడికి భగవంతుడు ఉపదేశించినాడు.

10.3

యో మామజమనాదిం చ వెత్తి లోకో మహేశ్వరమ్ |
అసంమూఢః స మర్త్యేషు సర్వపాపైః ప్రముచ్యతే ||

यो मामजमनादिं च वेत्ति लोकमहेश्वरम् ।
असंमूढः स मर्त्येषु सर्वपापैः प्रमुच्यते ॥

నేను జన్మరహితుడిని, ఆది అంత్యము లేనివాడిని మరియు సకల లోకములలోని జీవరాశుల ప్రభువునని తెలిసిన వ్యక్తి అన్ని పాపముల నుండి విముక్తి పొందుతాడు.

10.20

అహమాత్మా గుడాకేశ సర్వభూతాశయస్థితః |
అహమాదిః చ మధ్యం చ భూతానామంత ఏవ చ ||

अहमात्मा गुडाकेश सर्वभूताशया स्थितः ।
अहमादिश्च मध्यं च भूतानामन्त एव च ॥

హే అర్జునా! అన్ని జీవరాశులు హృదయముతో అంతర్లీనమైన పరమాత్మను నేనే. సకల ప్రాణుల ఆది, మధ్యము మరియు అంతము నేనే.

10.34

మృత్యుః సర్వహరశ్చాహముద్భవశ్చ భవిష్యతామ్ |
కీర్తిః శ్రీర్వాక్చ నారిణాం స్మృతిర్మేధా ధృతిః క్షమా ||

మృత్యుః సర్వహరశ్చాహముద్భవశ్చ భవిష్యతామ్ ।
కీర్తిః శ్రీర్వాక్చ నారీణాం స్మృతిర్మేధా ధృతిః క్షమా ॥

అన్ని ప్రాణులను హరించే మృత్యువును నేనే, సమస్త ప్రాణుల ఉత్పత్తి హేతువును కూడా నేనే. ప్రకృతి నుంచి ఉత్పత్తి చెందే కీర్తి, మృదువైన మాట, జ్ఞాపకశక్తి, బుద్ధి మరియు సహనం లాంటి గుణాలు నేనే.

10.38

దణ్డో దమయతామస్మి నీతిరస్మి జిగీషతామ్ ।
మౌనం చైవాస్మి గుహ్యానాం జ్ఞానం జ్ఞానవతామహమ్ ॥

दण्डो दमयतामस्मि नीतिरस्मि जिगीषताम् ।
मौनं चैवास्मि गुह्यानां ज्ञानं ज्ञानवतामहम् ॥

అధిపతి యొక్క శక్తిని నేనే, విజయాన్ని ఆశించే వారిలో నీతిని నేను, రహస్య విషయంలో మౌనం నేను, జ్ఞానుల్లో జ్ఞానం కూడా నేనే.

10.41

యద్యద్విభూతిమత్ సత్త్వం శ్రీమదూర్జితమేవ వా ।
తత్తదేవావగచ్ఛ త్వం మమ తేజోంశసంభవమ్ ॥

यद्यद्विभूतिमत्सत्त्वं श्रीमदूर्जितमेव वा ।
तत्तदेवावगच्छ त्वं मम तेजोंशसम्भवम् ॥

ఈ ప్రపంచంలో ఉజ్వలితమైన, సౌందర్యభరితమైన, సంపన్నమైన మరియు బలమును పొందిన సృష్టి అంతయు నా దివ్యత్వం యొక్క తేజస్సు నుండే అని తెలుసుకొనుము.

అధ్యాయం – 11

ఆదర్శ విద్యార్థి

ఆదర్శ విద్యార్థులు కోరిక మరియు ద్వేషం లేకుండా వారి వంతు
బాధ్యతలను దైవిక పరికరాలుగా నిర్వహిస్తారు.
ఓం శ్రీ పరమాత్మనే నమః

ఆదర్శ విద్యార్థి

విశ్వం లోని చరచరాల్లో ఉన్న దైవత్వం యొక్క అస్థిత్వం గురించి తెలుసుకున్న తర్వాత కూడా అర్జునుడి యొక్క అంతరంగ కుతూహలం తగ్గలేదు. అప్పుడు అర్జునుడు శ్రీకృష్ణుడికి విశ్వంలో స్థిరమైన దైవత్వం యొక్క దర్శనం తనకు ప్రసాదించమని వేడుకొనెను.

సామాన్యంగా మానవుడు తనకు కనిపించే పరిధిలో ఉన్న వస్తువులను మాత్రం దర్శించడం సాధ్యం అవుతుంది. ప్రజ్వలించే సూర్యుడిని విశేష దర్పణం లేకుండా నేరుగా దర్శించడం సాధ్యం కాదు. అలాగే విశ్వమంతటా స్థిరమైన దైవత్వమును నేరుగా వీక్షించడం సాధ్యం కాదని శ్రీకృష్ణుడు అర్జునుడికి తెలియజేస్తాడు. అప్పుడు అర్జునుడు పరమాత్మకు శరణాగతుడై అలాంటి విశ్వవ్యాప్తి దైవత్వమును వీక్షించడానికి సాధ్యపడేలాగా తనను కరుణించమని వేడుకుంటాడు. అర్జునుడు నిజమైన భక్తుడు, పవిత్ర ఆత్మ మరియు ప్రియసఖుడు కారణంగా శ్రీకృష్ణుడి భవ్యమైన విశ్వరూప దర్శనం పొందడానికి విశేషమైన జ్ఞానదృష్టిని కలుగజేస్తాడు. ఆ దివ్యదృష్టి వలన భగవంతుడి అద్భుతమైన దివ్యమైన విశ్వరూప దర్శనాన్ని పొందుతాడు.

కోటి సూర్యుల తేజస్సు ఒక్కసారిగా ప్రజ్వలిస్తు గోచరమైన ఆ దివ్యమైన విశ్వరూపం చూసి, స్వభావతః శూరుడు మరియు సమర్థ యోధుడైన అర్జునుడు కూడా ఆశ్చర్యంతో రోమాంచితుడయ్యెను. విశ్వరూపం యొక్క వ్యాప్తి మరియు దాని యొక్క అపరిమితమైన శక్తి సామర్థ్యాలను వీక్షించలేక భీతిల్లిపోయెను. భయంకరంగా ప్రజ్వలిస్తున్న పెద్ద జ్వాలలు విశ్వం మొత్తం ఆవరించి స్వాహా చేసే దృశ్యం చూసి అర్జునుడు తన ఆత్మస్థైర్యమును పోగొట్టుకుంటాడు.

అప్పుడు అర్జునుడు భయంతో ఆ విశ్వరూపమునకు సంపూర్ణ శరణాగతుడై సాష్టాంగ ప్రణామము చేసెను. అప్పుడు విశ్వరూపం అర్జునుడితో ఇలా పలికెను "నేనే కాలాన్ని, సకల జీవులు యొక్క నాశనానికి మరియు వారి మృత్యువుకి కూడా కారణం నేనే". అది కాకుండా ధర్మమునకు విరుద్ధంగా నిలిచిన వారందరిని నేనే సంహరిస్తాను. అని గంభీరమైన స్వరముతో పలికెను.

అర్జునుడు తర్వాత ఆ విశ్వరూపానికి ప్రణామాలు ఆర్పించి తన మనస్సుకు హితమైన మునుపటి సౌమ్యరూపమును ధరించమని ప్రార్థించెను. అర్జునుడు ప్రార్థనతో పరమాత్మ తన ఆనందదాయకమైన మరియు శాంతియుతమైన చతుర్భుజ రూపమును చూపించెను. ఆ చతుర్భుజ రూపం ఇలా పలికెను ఓ అర్జునా! స్వతంత్రుడవై, సకల జీవులకు మిత్రుడవై, నీ కర్తవ్యములను నిబద్ధతతో మరియు సమర్పణా భావముతో నిర్వహిస్తూ దైవంతో సంయోగం చెందమని ఉపదేశించెను.

చివరగా శ్రీకృష్ణుడు అర్జునుడికి చెప్పిన మాటలు విద్యార్థులకు సంబధితంగా ఉన్నాయి. ఆదర్శ విద్యార్థులు కోరిక మరియు మాత్సర్యం లేకుండా వారి యొక్క కర్తవ్యములను భగవంతుని యొక్క చేతి సాధనములుగా నిర్వహిస్తారు. విద్యార్థులు ఆశ మరియు ద్వేష భావమును త్యజించి వారి కర్తవ్యములన్నింటిని భగవంతుడి సేవ అనే భావంతో నిర్వహించి సమర్పించటం అలవాటు చేసుకున్న వారు సఫలీకృతులై, ఘనత, గౌరవం పొంది ధన్యులు మరియు విశ్వప్రసిద్దులొతారు.

11.12

దివి సూర్యసహస్రస్య భవేద్యుగపదుత్థితా |
యది భాః సదృశీ సా స్యాద్భాసస్తస్య మహాత్మనః ||

दिवि सूर्यसहस्रस्य भवेद्युगपदुत्थिता ।
यदि भाः सदृशी सा स्याद्भासस्तस्य महात्मनः ॥

కోటి సూర్యుల కాంతి ఒకేసారిగా ఉదయించినప్పుడు వచ్చే కాంతి ఆ విశ్వరూపమునకు సాటి రాదు.

11.13

తత్రైకస్థం జగత్ కృత్స్నం ప్రవిభక్తమనేకధా |
అపశ్యద్దేవదేవస్య శరీరే పాండవస్తదా ||

तत्रैकस्थं जगत्कृत्स्नं प्रविभक्तमनेकधा ।
अपश्यद्देवदेवस्य शरीरे पाण्डवस्तदा ॥

ఒకే చోటులో వర్ణించలేనటువంటి సౌందర్యము మరియు అత్యంత శక్తివంతమైన విశ్వరూపం చూసి అర్జునుడు విస్మయం చెందెను.

11.24

నభః స్పృశం దీప్తమనేకవర్ణం
వ్యాత్తాననం దీప్తవిశాలనేత్రమ్ |
దృష్ట్వా హి త్వాం ప్రవ్యధితాంతరాత్మా
ధృతిం న విందామి శమం చ విష్ణో ||

नभःस्पृशं दीप्तमनेकवर्णं
व्यात्ताननं दीप्तविशालनेत्रम् ।
दृष्ट्वा हि त्वां प्रव्यथितान्तरात्मा
धृतिं न विन्दामि शमं च विष्णो ॥

హే ప్రభు! గగన స్పర్శతో, ఎన్నెన్నో ప్రకాశితమైన వర్ణములతో, తెరిచివున్న నోళ్లతో మరియు విశాలమైన నేత్రములు గల నిన్ను చూసి నా మనస్సు చలించిపోయినది. నేను ధైర్యమును, సమతుల్యతను కోల్పోయినాను.

11.32

కాలో స్మి లోకక్షయకృత్ ప్రవృద్ధో లో కాన్సమాహర్తుమిహ ప్రవృత్తః |
ఋుతే పి త్వాం న భవిష్యన్తి సర్వే యే వస్థితాః ప్రత్యనీకేషు యోదాః ||

श्रीभगवानुवाच –

कालोऽस्मि लोकक्षयकृत्प्रवृद्धो लोकान्समाहर्तुमिह प्रवृत्तः ।

ऋतेऽपि त्वा न भविष्यन्ति सर्वे येऽवस्थिताः प्रत्यनीकेषु योधाः ॥

శ్రీ కృష్ణుడు ఇలా పలికెను:

హే అర్జునా! నేను లోకములన్నింటిని నాశనం చేయు కాలాన్ని. నువ్వు యుద్ధం చేయకుండా ఉన్నా కూడా ఈ యోధులందరి చావు నిశ్చితం. వీరందరూ చంపబడతారు.

11.55

మత్కర్మకృన్మత్పరమో మద్భక్తః సఙ్గవర్జితః ।
నిర్వైరః సర్వభూతేషు యః స మామేతి పాణ్డవ ॥

मत्कर्मकृन्मत्परमो मद्भक्तः सङ्गवर्जितः ।
निर्वैरः सर्वभूतेषु यः स मामेति पाण्डव ॥

ప్రియ అర్జునా ! నిన్ను నాకు సమర్పిస్తూ నా భక్తుడివై మరియు ఒక సాధనముగా నాకోసం అన్ని కార్యములను నిర్వర్తించు. ఎవరిపట్లా శత్రు భావం లేకుండా, దేనిని అపేక్షించకుండా ఉంటే నువ్వు నన్ను పొందుతావు.

అధ్యాయం – 12

భక్తి యోగము

ఆరాధకుడు దైవాన్ని ఏ విధంగా ఆరాధిస్తాడు అనేది ముఖ్యమైంది కాదు. అయితే ఆరాధకుడు పొందిన భక్తి భావము మరియు శ్రద్ధ ఎంత లోతైనది అనేది చాల ముఖ్యమైనది.

ఓం శ్రీ పరమాత్మనే నమః

భక్తి యోగము

భగవంతుని విశ్వరూపం యొక్క దివ్యదర్శనం అయిన పిదప అర్జునుడి మనస్సు సంప్రీతితో మరియు కృతజ్ఞతా భావముతో నిండియున్నది. అంతట అర్జునుడు శ్రీకృష్ణుడిని ఇలా ప్రశ్నించెను? ఆ భగవంతుడి సాకార రూపమును ఆరాధించాలా లేదా నిరాకార అనంతుడిని ఆరాధించే భక్తులలో శ్రేష్ఠుడైన భక్తుడు ఎవరు? దానికి శ్రీకృష్ణుడు ఆరాధకుడు దైవమును ఎలాంటి విధానముతో ఆరాధిస్తాడు అనేది ముఖ్యముకాదు, కాని ఆరాధనకు అవసరమైన భక్తి భావము, శ్రద్ధ మరియు విశ్వాసము చాలా ముఖ్యమైనవి అని తెలియ చేసాడు.

శ్రీకృష్ణుడు ఇలా వివరిస్తూ ఏ వ్యక్తి అయితే మనస్సును ఏకాగ్రతతో, నిస్సంశయముగా ఆంతరిక శ్రద్ధను పొంది సంపూర్ణ సమర్పణా భావముతో భగవంతుని శరణాగతి పొందుతాడో అలాంటి వాడే నిజమైన భక్తుడవుతాడని అర్జునుడికి ఉపదేశించెను.

ఎవరైతే మనస్సును స్థిరముగా దైవం పై నిలుపుకోలేకపోతాడో అలాంటి వారి స్వలాభాలకు అనుగుణంగా శ్రీకృష్ణుడు మూడు మార్గాలను సూచించారు.

1. ఏ వ్యక్తి దైవముపై, మనస్సును లగ్నం చేయడం సాధ్యపడదో, వారు యోగాభ్యాసం ద్వారా మనస్సును స్థిరపరుచుకోవచ్చు.

2. ఏ వ్యక్తికి యోగాభ్యాసం ద్వారా మనస్సును స్థిర పరచడం సాధ్యపడదో, అలాంటివాడు తాను చేసే ప్రతీకర్మను భగవంతుడికి సమర్పించాలి. ఇలా చేయడం వలన అతను చేసే పని పరిపూర్ణత చెంది దోషరహితమౌతుంది.

3. నిరంతరముగా భగవంతుడి స్మరణ చేయలేకపోతే అలాంటివారు ఆత్మ నిగ్రహమును అభ్యాసం చేసి, కర్మఫలమును త్యాగం చేయవలెను.

శ్రీకృష్ణుడు అర్జునిడికి ప్రసాదించిన ఈ 3 మార్గములు మనకు కూడా వర్తిస్తాయి. వ్యక్తి తన స్వభావానికి అనుగుణంగా అతనిమార్గాన్ని ఎన్నుకోవచ్చు.

మనం జీవితంలో దైవశక్తి సంపన్నులవ్వాలంటే, మనకర్మలను చేస్తున్నప్పుడు మన మనస్సును జాగ్రత్తగా దైవం పై కేంద్రీకరించవలెను.

మన పనులన్నింటిలో పరిపూర్ణత సాధించాలంటే మనం చేసే అన్ని పనులు భగవంతుడి పై సమర్పణా భావంతో చేయవలెను. మన జీవితం ఆనందంగా మరియు స్వతంత్రంగా ఉండాలంటే మన కర్మఫలాన్ని భగవంతుడికి సమర్పించవలెను.

పైన చెప్పిన 3 మార్గాలలో ఏ ఒక్క మార్గాన్ని అనుసరించిన ఆ వ్యక్తి జీవితంలో మనశ్శాంతితో ఉంటాడు. అలాంటి వ్యక్తికి ఎవరితోను వైరం ఉండదు. అలాంటివాడు అందరితో సార్వత్రిక ప్రేమ మరియు మిత్రత్వమును కలిగి ఉంటాడు. అలాంటి వాడు ఎప్పటికి అహంకార భావమును మరియు యాజమాన్య భావనను కలిగి ఉండడు. అలాగే వారు ఎవరికి కష్టం కలిగించకుండా, ఎవరి ద్వారా కష్టపడకుండా ఉండేస్థితి పొందుతారు.

ఆ పైన కృష్ణుడు ఎలాంటి భక్తుడు తనకు ప్రియమైనవాడో వివరించాడు. ఎవరైతే భగవంతుడి పై వారి ప్రేమ మరియు భక్తిని జీవిత లక్ష్యంగా చేసుకుంటారో అలాంటి వారే తనకు అత్యంత ప్రియమైన భక్తుడు అని అర్జునుడికి స్పష్టపరిచాడు. భగవంతుడికి ప్రియమైన ఇలాంటి భక్తులు భగవంతుని ఉపదేశములను అనుసరిస్తూ సకల మానవజాతికి ఆదర్శముగా నిలుస్తారు.

12.1

యేవం సతతయుక్తా యే భక్తాస్త్వాం పర్యుపాసతే |
యే చాప్యక్షరమవ్యక్తం తేషాం కే యోగవిత్తమాః ||

एवं सततयुक्ता ये भक्तास्त्वां पर्युपासते ।
ये चाप्यक्षरमव्यक्तं तेषां के योगवित्तमाः ॥

అర్జునుడు ఇలా ప్రశ్నించెను? ఓకృష్ణా నిన్ను సాకార రూపములో భక్తితో

ఉపాసన చేసేవారు మరియు అవ్యక్త అక్షర బ్రహ్మ అనే పరికల్పన తో ఉపాసన చేసే రెండు రకాల భక్తులలో ఉత్తములు ఎవరు?

12.2

మయ్యావేశ్య మనో యే మాం నిత్యయుక్తా ఉపాసతే |
శ్రద్ధయా పరయో పేతాస్తే మే యుక్తతమా మతా ||

मय्यावेश्य मनो ये मां नित्ययुक्ता उपासते ।
श्रद्धया परयोपेतास्ते मे युक्ततमा मताः ॥

శ్రీకృష్ణుడు ఇలా పలికెను, నాయందే ఏకాగ్రతతో మనసు నిలిపి నిష్టతో మరియు శ్రద్ధతో సతతము నా భక్తి సేవలో నిమగ్నుమైన వాడు ఉత్తమ భక్తుడె.

12.9

అథ చిత్తం సమాధాతుం న శక్నోషి మయి స్థిరమ్ |
అభ్యాసయోగేన తతో మామిచ్ఛాప్తుం ధనంజయ ||

अथ चित्तं समाधातुं न शक्नोषि मयि स्थिरम् ।
अभ्यासयोगेन ततो मामिच्छाप्तुं धनञ्जय ॥

ఒక వేళ నీ మనస్సును నా యందు నిమగ్నం చేయడానికి సమర్థుడవు కానిచో, యోగాభ్యాసంతో నన్ను పొందుటకు ప్రయత్నించు.

12.10

అభ్యాసే ప్యసమర్థో సి మత్కర్మపరమో భవ |
మదర్థమపి కర్మాణి కుర్వన్ సిద్ధిమవాప్స్యసి ||

अभ्यासेऽप्यसमर्थोऽसि मत्कर्मपरमो भव ।
मदर्थमपि कर्माणि कुर्वन्सिद्धिमवाप्स्यसि ॥

యోగాభ్యాసము నీకు సాధ్యపడలేదంటే, నీ కర్మలను నా నిమిత్తమై

ఆచరింపుము. తద్వారా నీవు పరిపూర్ణతను పొందగలవు.

12.11

అథైతదప్యశక్తోఽసి కర్తుం మద్యోగమాశ్రితః |
సర్వకర్మఫలత్యాగం తతః కురు యతాత్మవాన్ ||

अथैतदप्यशक्तोऽसि कर्तुं मद्योगमाश्रितः ।
सर्वकर्मफलत्यागं ततः कुरु यतात्मवान् ॥

ఒకవేళ నువ్వు నిరంతరంగా నన్ను స్మరించడం సాధ్యం కాకపోతే మనస్సుని నిగ్రహించుకొని నువ్వు చేసే అన్ని కర్మముల ఫలమును నాకే సమర్పించు.

12.20

యేతు ధర్మ్యామృతమిదం యథోక్తం పర్యుపాసతే |
శ్రద్ధధానా మత్పరమో భక్తాస్తే తీవ మే ప్రియాః ||

ये तु धर्म्यामृतमिदं यथोक्तं पर्युपासते ।
श्रद्धधाना मत्परमा भक्तास्तेऽतीव मे प्रियाः ॥

నా భక్తిసేవలతో ఎల్లప్పుడూ ఉపాసన చేస్తూ, నన్నే జీవనం యొక్క పరమలక్ష్యంగా, విశ్వాసంతో ఎవరైతే ఉంటారో వారే నాకు అత్యంత ప్రియమైన భక్తుడు అని కృష్ణుడు పలికెను.

అధ్యాయం – 13

దైవీ ప్రకృతి

సృష్టికర్త వలె సృష్టి కూడా శాశ్వతమైనది మరియు
అన్ని జీవరాశులు ప్రకృతిలోని భాగములె.
ఓం శ్రీ పరమాత్మనే నమః

దైవీ ప్రకృతి

కొన్నిసార్లు క్రీడామైదానంలో నడుస్తున్నప్పుడు మైదానం యొక్క వివిధ భాగములలో చాలామంది పిల్లలు అనేక రకాలైన బంతి ఆటలు ఆడటాన్ని మనం గమనించే ఉంటాము. అలాంటి సమయంలో పిల్లలు ఆటలాడే బంతి ఏ దిక్కునుంచైనా మన వైపుకు వేగంగా వచ్చి తగిలే అవకాశం ఉంటుంది. మనం జాగ్రత్తతో లేకుంటే ఆ బంతి యొక్క దెబ్బను అనివార్యంగా అనుభవించాల్సి వస్తుంది. ఇదే రీతిలో మన జీవితంలో కూడా జాగృతతో ఉండాలి, లేకుంటే ఊహించని సంఘటనలను ఎదుర్కోవలసి వస్తుంది.

మన దేహమే "క్షేత్రము" కావున మన దేహం పనితీరు పై అవగాహన ఉండాలి. ఎవరైతే క్షేత్రం యొక్క పని స్వభావాన్ని తెలుసుకుంటారో అతనే జ్ఞానం ఉన్న "క్షేత్రజ్ఞుడు." అని కృష్ణుడు అర్జునుడికి వివరించాడు.

దైవీ ప్రకృతి:- శ్రీ కృష్ణుడు అర్జునుడికి జగత్తున పురుషుడు గురించి మరియు ప్రకృతి స్వరూపంలోని వైవిధ్యతను తెలుసుకోవాలని ఉపదేశించెను. భగవద్గీత అనుగుణంగా ప్రకృతి యొక్క రూపం సృజనాత్మకమైనది. దాని ద్వారానే అన్ని గుణాలు మరియు దోషాలు ఉత్పత్తి చెందుతుందనే విషయాన్ని బోధించెను.

ప్రకృతి కూడా పురుషుడిలాగా శాశ్వతమైన తత్వము. సృష్టికర్తలా సృష్టికూడా నాశనం లేనిది మరియు అన్ని జీవులు ప్రకృతిలో భాగమే.

ఈ పైన చెప్పిన పరమసత్యమును యదార్థముగా అర్థం చేసుకున్నవారు పరమజ్ఞాని అని చెప్పబడును. అలాంటి జ్ఞానులకు మాత్రం సత్యదర్శనం ప్రాప్తి కలుగుతుంది.

తూఫాను యొక్క కేంద్ర బిందువులో గాలి వేగం ఎలాగైతే శూన్యమో అలాగే విశ్వములో అస్తవ్యస్తతకు మరియు కార్యాచరణములు మధ్య మౌనంగా మహోన్నతమైన జీవి నెలకొని ఉంటుంది. అలాంటి జీవి అన్ని సంసార భావోద్వేగములు నుండి ముక్తి చెంది స్థిరమైన జ్ఞాన స్థితిని పొంది ప్రశాంతమైన మరియు ప్రసన్నమైన జీవి అని భగవద్గీత ద్వారా మనం తెలుసుకోవచ్చు.

13.1

ప్రకృతిం పురుషం చైవ క్షేత్రం క్షేత్రజ్ఞమేవ చ |
ఏతద్ వేదితుమిచ్ఛామి జ్ఞానం జ్ఞేయం చ కేశవ ||

प्रकृतिं पुरुषं चैव क्षेत्रं क्षेत्रज्ञमेव च ।
एतद्वेदितुमिच्छामि ज्ञानं ज्ञेयं च केशव   ॥

శ్రీకృష్ణుడు ఇలా పలికెను. ఓ కౌంతేయ! ఈ మానవ శరీరము "క్షేత్రము" అని ఈ క్షేత్రం యొక్క ఆధారము మరియు దాని కార్యాచరణ తెలిసినవాడు క్షేత్రజ్ఞుడు.

13.2

క్షేత్రజ్ఞం చాపి మాం విద్ధి సర్వక్షేత్రేషు భారత |
క్షేత్రక్షేత్రజ్ఞయోర్ జ్ఞానం యత్తద్ జ్ఞానం మతం మమ ||

क्षेत्रज्ञं चापि मां विद्धि सर्वक्षेत्रेषु भारत ।
क्षेत्रक्षेत्रज्ञयोर्ज्ञानं यत्तज्ज्ञानं मतं मम ॥

ఈ క్షేత్రం యొక్క స్వరూపము, దాని వికారములు, దాని కార్యములు మరియు దాని ప్రభావములు సంపూర్ణంగా తెలుసుకున్న వాడే క్షేత్రజ్ఞుడు అని అంటారు. వీటన్నింటిని సంక్షిప్తముగా చెప్తాను విను.

13.4

ఋషిభిర్బహుధా గీతం ఛందోభిర్వివిధైః పృథక్ |
బ్రహ్మసూత్రపదైశ్చైవ హేతుమద్భిర్వినిశ్చితైః ||

ऋषिभिर्बहुधा गीतं छन्दोभिर्विविधैः पृथक् ।
ब्रह्मसूत्रपदैश्चैव हेतुमद्भिर्विनिश्चितैः ॥

ఈ క్షేత్రము పంచ మహాభూతములు, అహంకారం, మనస్సు, బుద్ధి, దశేంద్రియములు, పంచేంద్రియ భాగములు మరియు చిత్తశక్తితో కూడి ఉంటుంది.

13.18

ఇతి క్షేత్రం తథా జ్ఞానం జ్ఞేయం చోక్తం సమాసతః |
మద్భక్త ఏతద్విజ్ఞాయ మద్భావాయోపపద్యతే॥|

इति क्षेत्रं तथा ज्ञानं ज्ञेयं चोक्तं समासतः ।
मद्भक्त एतद्विज्ञाय मद्भावायोपपद्यते ॥

ప్రకృతి, పురుషుడు- రెండూనూ సనాతనమైనవి. రాగద్వేషములు, వికారములు, త్రిగుణాలు అన్ని ప్రకృతి నుండి ఉద్భవించినవే. ఎవరైతే ప్రకృతి స్వభావాన్ని తెలుసుకుంటారో వారు సాకారం పొందుతారు.

13.26

యావత్సంజాయతే కించిత్సత్త్వం స్థావరజంగమమ్ |
క్షేత్రక్షేత్రజ్ఞసంయోగాత్తద్విద్ధి భరతర్షభ॥|

यावत्सञ्जायते किञ्चित्सत्त्वं स्थावरजङ्गमम् ।
क्षेत्रक्षेत्रज्ञसंयोगात्तद्विद्धि भरतर्षभ ॥

సమస్త ప్రాణులయందు జీవాత్మతో కూడిన పరమాత్మను చూసేవాడు మరియు ఎవరైతే తెలుసుకుంటారో ఈ నశ్వరమైన శరీరంలో అనశ్వరమైన పరమాత్మ ఉందని వాడే నిజమైన జ్ఞాని.

13.27

సమం సర్వేషు భూతేషు తిష్ఠంతం పరమేశ్వరమ్ |
వినశ్యత్స్వవినశ్యంతం యః పశ్యతి స పశ్యతి ||

समं सर्वेषु भूतेषु तिष्ठन्तं परमेश्वरम् ।
विनश्यत्स्वविनश्यन्तं यः पश्यति स पश्यति ॥

ప్రతియొక్క జీవిలో స్థితుడై ఉన్న పరమాత్మను అన్నిచోట్లా చూసి మరియు దేహం కోల్పోయిన పిమ్మట కూడా ఆత్మనష్టపోదు అనే సత్యమును ఎప్పటికి మరువనివాడు తనని తను నాశనం చేసుకొనక ఆత్మజ్ఞానం పొందుతాడు.

అధ్యాయం – 14

ప్రకృతి యొక్క త్రిగుణములు

మనం మన అస్థిర చంచలము మరియు సోమరితనము లాంటి అలవాట్లను నియంత్రించుకుని సాత్విక గుణాన్ని పెంపొందించుకోవాలి. ఓం శ్రీ పరమాత్మనే నమః

ప్రకృతి యొక్క త్రిగుణములు

ఈ అధ్యాయంలో శ్రీకృష్ణుడు ప్రకృతి స్వరూపములను అర్ధం చేసుకోవాలంటే ప్రకృతిలో అంతర్గతమైన త్రిగుణముల ఆంతర్యమును తెలుసుకోవడం చాలా అవసరం అని అర్జునుడు భావించినాడు. త్రిగుణములను

1. రాజసిక [అభద్రత, చంచల, విరామం లేని]

2. తామసిక

3. సాత్విక

అని వేరు చేసి వాటి గుణముల స్వభావములను విశ్లేషించెను.

త్రిగుణముల లక్షణములు మనుషులందరి లో నెలకొన్న సందర్భం మరియు స్వభావానికి అనుగుణంగా ఈ గుణములు విజృంభిస్తాయి. రాజసిక గుణం ప్రబలమైనప్పుడు ఆ వ్యక్తికి ఇష్టా, అయిష్టాలు యొక్క అభిప్రాయం బలపడుతుంది. అదికాకుండా ఇంద్రియములు తృప్తి కూడా ప్రధానం అవ్వడం వల్ల ఆశ పెరుగుతూపోతుంది. దీని వలన ఆదిపత్యం పొందాలనే కోరిక బలపడుతుంది. అలా కోరిక యొక్క బంధనముల ద్వారా దురాశకు దాసుడై, సర్వదుఃఖములకు మూలమే ఈ రాజసిక గుణము.

తామసిక గుణం ప్రబలినప్పుడు మనిషిలో సోమరితనం, శ్రద్ధ చూపించలేకపోవడం మరియు జడత్వం వంటి లక్షణములు అధికంగా కనిపిస్తాయి . అలాంటి వారు అవసరమైన కార్యములను త్యజించి, ఎక్కువ నిరాశకు లోనై, నిరుత్సాహపడుతు అజ్ఞానమనే అంధకారంలో మునిగిపోతాడు. ఈ గుణము యొక్క ఆధిక్యత వలన వ్యక్తి అదః పతనానికి జారుకుంటాడు.

సాత్విక గుణస్వభావమును కలిగిన వ్యక్తి సద్గుణవంతుడై అంకిత భావంతో తన కర్తవ్యాలను నిర్వహిస్తాడు. అలాంటి వ్యక్తి నిరంతరము సంతోషముగా, శాంతి స్వభావుడై మరియు జ్ఞానాకాంక్ష కలిగినవాడై అందరి హితము కోరుకుంటాడు.

మనం సూక్ష్మంగా మనల్ని మనం గమనిస్తే ఆ మూడు గుణముల లక్షణములు మనలో దాగి ఉండటం పరిశీలించవచ్చు. రాజసిక మరియు తామసిక గుణములు మనతో ప్రబలించినప్పుడు మనం వాటిని నియంత్రించి, మన అభద్రత, చంచల మరియు సోమరితనం యొక్క ధోరణిని నియంత్రించి సాత్విక గుణమును పెంచుకొనవలెను.

మానవునిలో సాత్విక గుణము బలపడినప్పుడు అతను ప్రగతి పథంలో ముందుకు సాగి ఉన్నతమైన స్థానమును చేరుకుంటాడు. రాజసిక గుణం బలపడిన వ్యక్తి మధ్యమ బంధనాలు స్థితిలో మిగిలిపోతాడు. అయితే అతను పతనం చెందడు. కాని తామసిక గుణము అధికంగా ఉన్నవ్యక్తి శీఘ్రముగా పతనం చెందుతారు అని శ్రీకృష్ణుడు త్రిగుణముల గుణ విశేషములను అర్జునుడికి ఉపదేశించేను.

త్రిగుణముల విశేష లక్షణములను తెలుసుకున్న అర్జునుడు శ్రీకృష్ణునితో హే ప్రభు ఈ త్రిగుణములకు అతీతంగా ఉండే వ్యక్తి లక్షణాలు ఎలా ఉంటాయి. అని ప్రశ్నించెను.

శ్రీకృష్ణుడు అర్జునుడి ప్రశ్నకు సమాధానమిస్తూ ఏ వ్యక్తి అయితే స్థిరమైన మనస్సుతో సుఖదుఃఖములను సమానంగా భావిస్తూ, మట్టి, రాయి, బంగారంల యందు సమ దృష్టి కలిగి ఉంటాడో, నిందాతుస్తులను మరియు శత్రువు-మిత్రులను సమాన భావంతో చూస్తాడో అలాంటి వ్యక్తి త్రిగుణములకు అతీతంగా బ్రహ్మజ్ఞానిగా గుర్తించవచ్చు. మనందరం రాజసిక, తామసిక గుణములను నియంత్రించుకొని సాత్విక గుణములను అలవరుచుకుంటే ఆత్మోద్ధరణ అవుతుందని శ్రీకృష్ణుడు భగవద్గీతలో ఉపదేశించెను.

14.5

సత్త్వం రజస్తమ ఇతి గుణాః ప్రకృతిసమ్భవాః |
నిబధ్నన్తి మహాబాహో దేహే దేహినమవ్యయమ్ ||

सत्त्वं रजस्तम इति गुणाः प्रकृतिसम्भवाः ।
निबध्नन्ति महाबाहो देहे देहिनमव्ययम् ॥

త్రిగుణములైన సత్త్వ, రజస, మరియు తమస గుణములు ప్రకృతి నుండి ఉత్పత్తి అయినవి. నాశనము లేని జీవాత్మ శరీరం యొక్క సంపర్కానికి వచ్చినప్పుడు ఈ గుణముల చేత బంధింపబడుతుంది మరియు ఈ త్రిగుణములు మానవుని దేహము మనస్సు మరియు బుద్ధిని కూడా నియంత్రిస్తుంది.

14.6

తత్ర సత్త్వం నిర్మలత్వాత్ ప్రకాశకమనామయమ్ |
సుఖసఙ్గేన బధ్నాతి జ్ఞానసఙ్గేన చానఘ ||

तत्र सत्त्वं निर्मलत्वात्प्रकाशकमनामयम् ।
सुखसङ्गेन बध्नाति ज्ञानसङ्गेन चानघ ॥

సత్యగుణము నిర్మలమైనది మరియు శుద్ధమైనది. దీని వలన ఎటువంటి వికారములు ఉత్పన్నమవ్వవు. ఇది ఆనందం మరియు జ్ఞాన స్థితి ద్వారా వ్యక్తమౌతుంది.

14.7

రజో రాగాత్మకం విద్ధి తృష్ణాసంగసముద్భవమ్ |
తన్నిబధ్నాతి కౌంతేయ కర్మసంగేన దేహినమ్ ||

रजो रागात्मकं विद्धि तृष्णासङ्गसमुद्भवम् ।
तन्निबध्नाति कौन्तेय कर्मसङ्गेन देहिनम् ॥

రజోగుణము మితిమీరిన ఆశ, ఆకాంక్షలను ఉత్పన్నం చేస్తుంది. ఈ కోరికలను పూర్తి చేయడానికి చేసే కర్మ మరియు కర్మ ఫలమునకు మానవుడు బంధి అవుతాడు.

14.8

తమస్త్వజ్ఞానజం విద్ధి మోహనం సర్వదేహినామ్ |
ప్రమాదాలస్యనిద్రాభిస్తన్నిబధ్నాతి భారత ||

तमस्त्वज्ञानजं विद्धि मोहनं सर्वदेहिनाम् ।
प्रमादालस्यनिद्राभिस्तन्निबध्नाति भारत ॥

తమోగుణము అజ్ఞానం నుండి కలుగుతుంది. ఇది జీవులను నిద్ర, సోమరితనము మరియు మందబుద్ధి చే బంధింపబడుతుంది.

14.21

కైర్లిజ్ఞై స్త్రీన్ గుణానే తానతీతో భవతి ప్రభో |
కిమాచారః కథం చైతాంస్త్రీన్ గుణానతివర్తతే ||

कैर्लिङ्गैस्त्रीन्गुणानेतानतीतो भवति प्रभो ।
किमाचारः कथं चैतांस्त्रीन्गुणानतिवर्तते ॥

అర్జునుడు ఇలా ప్రశ్నించెను. హేస్వామి ! ఈ మూడు గుణములకు అతీతంగా ఉన్నవారి లక్షణాలేంటి? అతని ప్రవర్తన ఎలా ఉంటుంది? ఈ ప్రకృతి గుణములను ఎలా అధిగమిస్తాడు?

14.22

శ్రీభగవానువాచ ||
ప్రకాశం చ ప్రవృత్తిం చ మోహమేవ చ పాండవ |
త ద్వేష్టి సంప్రవృత్తాని న నివృత్తాని కాంక్షతి ||

श्रीभगवानुवाच –
प्रकाशं च प्रवृत्तिं च मोहमेव च पाण्डव ।
न द्वेष्टि सम्प्रवृत्तानि न निवृत्तानि काङ्क्षति ॥

శ్రీకృష్ణుడు ఇలా పలికెను త్రిగుణములకు అతీతంగా ఉన్న వ్యక్తి ఈ గుణములు ఉత్పత్తి చెందినప్పుడు వాటిని ద్వేషించడు. అవి లేనప్పుడు వాటిని ఇష్టపడడు.

14.24

సమదుఃఖసుఖః స్వస్థః సమలోష్టాశ్మకాంచనః |
తుల్యప్రియాప్రియో ధీరస్తుల్య నిందాత్మసంస్తుతిః ||

समदुःखसुखः स्वस्थः समलोष्टाश्मकाञ्चनः ।
तुल्यप्रियाप्रियो धीरस्तुल्यनिन्दात्मसंस्तुतिः ॥

అతను సుఖము కలిగినప్పుడు ఆనందంగా మరియు బాధ కలిగినప్పుడు కుంగిపోకుండా స్థిరముగా ఉంటాడు. మట్టిముద్ద, రాయి మరియు బంగారములను సమదృష్టితో చూస్తాడు. ప్రియమైన-అప్రియమైనములకు గాని, ప్రశంస – విమర్శలకు గాని చెదరడు. అన్నింటిని సమభావంతో స్వీకరిస్తాడు.

14.25

మానాపమానయోస్తుల్యస్తుల్యో మిత్రారిపక్షయోః |
సర్వారంభపరిత్యాగీ గుణాతీతః స ఉచ్యతే ||

मानापमानयोस्तुल्यस्तुल्यो मित्रारिपक्षयोः ।
सर्वारम्भपरित्यागी गुणातीतः स उच्यते ॥

మాన అవమానములను ఎవరైతే లెక్కించరో, ఈ శత్రు- మిత్రులను సమానంగా వ్యవహరిస్తారో, అన్ని కర్మలను అభిమానం లేకుండా, ఫలాపేక్ష లేకుండా నిర్వహిస్తారో అతడు త్రిగుణాల నుండి విముక్తుడయ్యాడని తెలుసుకో.

అధ్యాయం – 15

దైవిక సృష్టి యొక్క ఉద్దేశ్యము

Art by Deeksha Tyagi

ఈ సృష్టి అదృష్టవసాత్తు లేదా ఏ కారణం లేకుండా ఉత్పత్తి కాలేదు. ఈ విశ్వం లో జరుగుతున్న గందరగోళం వెనుక ఉన్న దైవిక క్రమబద్ధతను మనం గమనించవచ్చు.

ఓం శ్రీ పరమాత్మనే నమః

దైవిక సృష్టి యొక్క ఉద్దేశ్యము

ఈ అధ్యాయంలో శ్రీకృష్ణుడు అర్జునుడికి విశ్వం యొక్క సృష్టి మూలం గురించి వివరించినారు. భగవంతుని సృష్టికి ఒక ప్రయోజనం ఉంది. ఈ విశ్వం యొక్క సృష్టి ఆకస్మికంగా ఏదో కారణం లేకుండా జరిగినది కాదు. దైవం యొక్క మూల అంశం నుండే సృష్టించబడినది అనే పరమ సత్యమును వివరించాడు. ఈ విశ్వంలో జరుగుతున్న అస్తవ్యస్తలకు ఒక దైవికమైన క్రమశిక్షణ ఉంది. అన్ని జీవరాశులకి మూలం ఆ భగవంతుడే మరియు జీవరాశులు అన్నింటిలో ఉన్న జీవాత్మ భగవంతునిలో భాగమే. పరిపూర్ణ బ్రహ్మండము, అందులో అంతర్లీనమైన నక్షత్ర సముదాయం, గ్రహకూటమి, ఉపగ్రహ మరియు నక్షత్ర సముదాయం మొదలైనవి అన్నియూ స్వయం ప్రకాశితముగా వెలుగుతున్నాయి అని మనకు పైకి కనిపిస్తాయి కాని వాటి యొక్క ప్రకాశానికి మూల శక్తి పరమాత్మనే. అగ్ని యొక్క తేజంతో మొదలై వ్యక్తి యొక్క జీర్ణక్రియలో కనిపించే చైతన్యశక్తి ఆ పరమాత్మ యొక్క సంపూర్ణ దైవత్వంలో ఇమిడియున్నదని గ్రహించవలెను.

ఈ విశ్వంలో రెండు రకాల రూపాలుకలవు.

అవి:-

1. క్షర – అశాశ్వతమైనది /అంతం ఉన్నది.
2. అక్షర – శాశ్వతమైనది/ అంతం లేనిది.

ఈ విశ్వంలో సకల జీవరాశులు మొదటి విభాగానికి చెందినవే :- క్షరమైనవే భగవంతడు వీటికి అతీతుడు, శాశ్వతమైనవాడు, అక్షరుడు.

అందువలన ఈ జగత్తున ఉన్న జ్ఞానులు, పురాణాలు మరియు వేదాలు భగవంతుడు శాశ్వతుడు మరియు మహోన్నతుడు అని గుర్తించినాయి.

సృష్టిలోని సకల చరాచరములు శక్తి మరియు చైతన్యం యొక్క మూలం పరమాత్మనే అనే పరమ సత్యాన్ని ఈ అధ్యాయం ఉపదేశించింది. ఈ పరమ సత్యాన్ని గ్రహించిన మానవుడు సకల జీవరాశుల్లో పరమాత్మ యొక్క ఉనికిని గ్రహించడంతో సమర్థుడౌతాడు.

15.7

మమైవాంశో జీవలోకే జీవభూతః సనాతనః |
మనఃషష్ఠానీంద్రియాణి ప్రకృతిస్థాని కర్షతి ||

ममैवांशो जीवलोके जीवभूतः सनातनः ।
मनःषष्ठानीन्द्रियाणि प्रकृतिस्थानि कर्षति ॥

శ్రీకృష్ణుడు ఇలా పలికెను, అన్ని జీవరాశులు నా నుంచే ఉత్పత్తి చెందినవి. అన్ని జీవరాశులలో ఉన్న జీవాత్మ నా చిత్త శక్తి యొక్క అంశమే. ప్రకృతి లో కూడా నేను ఉపస్థితియైనందువల్ల ఆ జీవాత్మల యొక్క మనస్సు మరియు పంచేంద్రియముల సంచలనం నా వల్లనే సంభవిస్తుంది.

15.12

యదాదిత్యగతం తేజో జగద్భాసయతేఽఖిలమ్ |
యచ్చంద్రమసి యచ్చాగ్నౌ తత్తేజో విద్ధి మామకమ్ ||

यदादित्यगतं तेजो जगद्भासयतेऽखिलम् ।
यच्चन्द्रमसि यच्चाग्नौ तत्तेजो विद्धि मामकम् ॥

సంపూర్ణ విశ్వం యొక్క అంధకారం దూరం చేసే సూర్యుని తేజస్సు, చంద్రుడు, నక్షత్రముల ప్రకాశం మరియు అగ్ని యొక్క తేజస్సుకు కూడా నేనే మూలము.

15.14

అహం వైశ్వానరో భూత్వా ప్రాణినాం దేహమాశ్రితః |
ప్రాణాపానసమాయుక్తః పచామ్యన్నం చతుర్విధమ్ ||

अहं वैश्वानरो भूत्वा प्राणिनां देहमाश्रितः ।
प्राणापानसमायुक्तः पचाम्यन्नं चतुर्विधम् ॥

అన్ని జీవరాశులకు ఆధారభూతమైన ప్రాణ వాయువు నేనే. నేనే సమస్త జీవరాశుల యందుండి నాలుగు రకములైన ఆహారములను జీర్ణించుకొని వారిని పోషిస్తున్నాను.

15.16

ద్వావిమౌ పురుషౌ లోకే క్షరశ్చాక్షర ఏవ చ |
క్షరః సర్వాణి భూతాని కూటస్థో క్షర ఉచ్యతే ||

द्वाविमौ पुरुषौ लोके क्षरश्चाक्षर एव च ।
क्षरः सर्वाणि भूतानि कूटस्थोऽक्षर उच्यते ॥

ఈ విశ్వంలో "క్షర" మరియు "అక్షర "అనే రెండు రకాలు కలవు. ఈ జగత్తులో పదేపదే శరీరమును ధరించిన అన్ని జీవులు "క్షర" అనియు మరియు ఆ దేహంలో ఉండే జీవాత్మ "అక్షర' అని తెలుసుకో.

15.18

యస్మాత్ క్షరమతీతో హమక్షరాదపి చోత్తమః |
అతోస్మి లోకే వేదే చ ప్రథితః పురుషోత్తమః ||

यस्मात्क्षरमतीतोऽहमक्षरादपि चोत्तमः ।
अतोऽस्मि लोके वेदे च प्रथितः पुरुषोत्तमः ॥

నేను "క్షర" అనే దానిని అధిగమించాను. "అక్షర" కంటే శ్రేష్ఠుడనైనాను. కాబట్టి ఈ జగత్తులో ఉన్న జ్ఞానులు మరియు వేదాలు అన్నీ నన్ను "పురుషోత్తముడి"గా సంబోధిస్తారు.

అధ్యాయం – 16

సుర – అసుర
గుణ స్వభావాలు – రెండు లక్షణాలు

వ్యక్తులలో దైవ మరియు అసుర అని రెండు స్వభావములు ఉన్న
వ్యక్తులు ఉంటారు. అలాగే వారు వారి ప్రవర్తనలను బట్టి
ఈ వర్గాల్లో ఒక దానికి చెందుతారు.
ఓం శ్రీ పరమాత్మనే నమః

సుర – అసుర
గుణ స్వభావాలు – రెండు లక్షణాలు

వ్యక్తులలో దైవ మరియు అసుర అని రెండు స్వభావములు ఉన్న వ్యక్తులు ఉంటారు. అలాగే వారు వారి(ప్రవర్తనలను బట్టి ఈ వర్గాల్లో ఒక దానికి చెందుతారు.

ఈ అధ్యాయంలో శ్రీకృష్ణుడు అర్జునునిని మానవుల గుణ స్వభావాల గురించి వివరిస్తూ, మానవులకు "దైవీ" మరియు "అసురి" అనే రెండు రకాల స్వభావాలు గల వ్యక్తులు ఉంటారని మరియు వారి యొక్క గుణస్వభావములను వారి యొక్క నడవడిక ద్వారా తెలుస్తుందని వివరించెను.

సాధారణంగా సామూహిక కార్యక్రమాలలో అందరూ కలిసినప్పుడు వారి యొక్క స్వభావము, అభిరుచి మరియు ఒకే రకమైన ఆలోచనలు కలిగిన వ్యక్తులు ఒకటవ్వడం మనం గమనిస్తుంటాము.

అందులో "దైవీగుణ" సంపన్నులైన వ్యక్తులు పరిశుద్ధ భావంతో అత్యుత్తమమైన కార్యాయములను సరైన మార్గంలో నడిపించడం మనం చూస్తాం. అలాంటి వ్యక్తులు వారి అంతరంగ శుద్ధిని ఎలా సాధించుకోవాలి మరియు ఉన్నతమైన మార్గంలో ఏ రీతిలో పయనించాలి అనే దాని గురించి వారి అమూల్యమైన సమయాన్ని వెచ్చిస్తారు. ఇలాంటి స్వభావం గల వ్యక్తులు (క్రోధరహితంగా, సద్గుణవంతులుగా, (ప్రశాంతమైన మనస్సు కలిగి ఉంటారు. ఈ స్వభావము గల వ్యక్తులు నిరాడంబరంగా, సున్నిత మనస్కులై మరియు దృఢ సంకల్పం కలిగి ఉంటారు. ఈ స్వభావం కలవారు సమతతో మరియు శౌర్యవంతులుగా మాటలో మాధుర్యం నిలుపుకొని, అసూయను త్యజించి

దైవగుణమును పొందుతారు. అలాంటి వ్యక్తులను "దైవీగుణ" సంపన్నులుగా సంభోదిస్తారు.

అసురగుణ స్వభావం కలిగిన వ్యక్తులు ఎప్పుడూ తమను తాము ప్రశంసించకుంటూ అహంకారం మరియు గర్వము ధోరణినే ప్రదర్శిస్తారు. ఇదికాక ఇలాంటి స్వభావం ఉన్న వ్యక్తులు అదే స్వభావం కలిగిన వ్యక్తుల సాంగత్యంలో సంతోషంగా ఉంటారు. అలాంటి వారు దైవత్వాన్ని మరియు సత్య మార్గమును, విశ్వం యొక్క సృష్టి ఆకస్మికం అని, తమ కోరికలను తీర్చుకోవడానికే ముఖ్య ఉద్దేశం అని అనుకుంటూ ఎప్పుడూ అధికారం, అంతస్తును పొందడానికి శ్రమపడతారు. అలాంటి వ్యక్తులు వారే అత్యంత సుఖమును పొందుతున్నారనే భావంతో, ఎప్పుడూ వారి కోర్కెలను తీర్చుకోవడంలో సంపత్తు మరియు అధికారాన్ని పొందడంలో ఆశక్తి చూపుతారు. ఇలాంటి వ్యక్తులు అసూయ, లోభ, కామ మరియు క్రోధము మొదలైన అసురీ వ్యామోహంతో బంధితులై, వివేకమును పోగొట్టుకొని తప్పొప్పుల తేడాను మరిచి జీవితంలో నడుస్తుంటారు. అలాంటి వ్యక్తులు అనిశ్చితులై, అశాంతి మరియు చింతనతో జీవనం సాగిస్తారు, ఎప్పుడూ దుఃఖిస్తూ ఉంటారు. ఇలాంటి గుణ స్వభావము కలిగిన వ్యక్తులను కృష్ణుడు అసుర స్వభావులు అని గీతలో బోధిస్తున్నాడు.

అంధకారం యొక్క 3 ద్వారాలు:-

కామము, క్రోధము మరియు మోహం ఈ మూడు అంధకారము మరియు పతనానికి ద్వారాలు. అసుర స్వభావం గల వ్యక్తులు ఈ మూడు ద్వారముల చేత బంధింపబడి దుఃఖను అనుభవిస్తారు. కానీ దైవీ గుణ స్వభావం గల వ్యక్తులు, ఈ మూడు ద్వారముల బంధం నుండి విముక్తి చెంది ఎప్పుడూ ప్రశాంతమైన మరియు ఆనందకరమైన జీవనం సాగిస్తూ ఉంటారు. ఎప్పుడూ దైవీ స్వభావమును అనుసరించమని శ్రీకృష్ణుడు ఉపదేశించెను.

16.1

శ్రీభగవానువాచ |

అభయం సత్త్వసంశుద్ధిర్ జ్ఞానయోగవ్యవస్థితిః |

దానం దమశ్చ యజ్ఞశ్చ స్వాధ్యాయస్తప ఆర్జవమ్ ||

శ్రీభగవానువాచ —
अभयं सत्त्वसंशुद्धिर्ज्ञानयोगव्यवस्थितिः ।
दानं दमश्च यज्ञश्च स्वाध्यायस्तप आर्जवम् ॥

శ్రీకృష్ణుడు ఇలా పలికెను అంతఃకరణశుద్ధి, భయమూ లేకుండా ఉండడం, జ్ఞాన అనుష్ఠానము లో నిష్ఠ, మనసు మరియు ఇంద్రియ నిగ్రహం, దానశీలము, వేదాధ్యయనము, ఉత్తమమైన కర్మలను పాటించడం.

16.2

అహింసా సత్యమక్రోధస్త్యాగః శాంతిరపైశునమ్ |
దయా భూతేష్వలోలుప్త్వం మార్దవం హ్రీరచాపలమ్ ||

अहिंसा सत्यमक्रोधस्त्यागः शान्तिरपैशुनम् ।
दया भूतेष्वलोलुप्त्वं मार्दवं ह्रीरचापलम् ॥

క్రోధము లేకండా ఉండడం, సత్యం మరియు అహింస పాలన, అహంకారం లేకుండా ఉండటం, చాడీలు చెప్పకుండా ఉండడం, దురాశ మరియు విషయ వస్తువులు త్యాగము అన్ని జీవరాశులు మీద పవిత్రమైన ప్రేమ, దయ, సమర్పణ మరియు దృఢమైన మనసు.

16.3

తేజః క్షమా ధృతిః శౌచమద్రోహో నాతిమానితా |
భవన్తి సమ్పదం దైవీమభిజాతస్య భారత ||

तेजः क्षमा धृतिः शौचमद्रोहो नातिमानिता ।
भवन्ति सम्पदं दैवीमभिजातस्य भारत ॥

అహంకారము, గర్వము మరియు అభిమానం విడిచి పెట్టి, క్షమ, ధైర్యం, ఎప్పుడు సమతుల్యతతో ఉండడం. ఇలాంటి దైవ సంపత్ గుణములు కలిగిన వ్యక్తులు దైవీక స్వభావము కలిగి ఉంటారు.

16.4

దమ్భో దర్పోఽభిమానశ్చ క్రోధః పారుష్యమేవ చ |
అజ్ఞానం చాభిజాతస్య పార్థ సమ్పదమాసురీమ్ ||

दम्भो दर्पोऽतिमानश्च क्रोधः पारुष्यमेव च ।
अज्ञानं चाभिजातस्य पार्थ सम्पदमासुरीम् ॥

హే అర్జునా! అహంకారము, గర్వము, దురాభిమానం, క్రోధము, మొండితనము మరియు అజ్ఞానము. ఈ లక్షణాలు అసురీ స్వభావము గల వ్యక్తులలో కనిపిస్తాయి.

16.5

దైవీ సంపద్విమోక్షాయ నిబంధాయాసురీ మతా |
మా శుచః సంపదం దైవీమభిజాతోఽసి పాండవ ||

दैवी सम्पद्विमोक्षाय निबन्धायासुरी मता ।
मा शुचः सम्पदं दैवीमभिजातोऽसि पाण्डव ॥

దైవీక గుణములు మోక్షము వైపు మరియు అసురీ గుణములు బంధానికి కారణమవుతాయి. హే పాండుపుత్ర ! నువ్వు దైవ గుణములు సంపన్నుడై జన్మించినావు బాధపడకు.

16.7

ప్రవృత్తిం చ నివృత్తిం చ జనా న విదురాసురాః |
న శౌచం నాపి చాచారో న సత్యం తేషు విద్యతే ||

प्रवृत्तिं च निवृत्तिं च जना न विदुरासुराः ।
न शौचं नापि चाचारो न सत्यं तेषु विद्यते ॥

అసురీ స్వభావము గల జనులకు యోగ్యమైన మరియు అయోగ్యమైన కర్మల మధ్యలో గల తేడా తెలియదు. ఎందుకంటే వారు అజ్ఞానులు మరియు వారిలో సత్యనిష్ఠ, ఆచార విచారములు, విశ్వాసము ఉండవు.

16.8

అసత్యమప్రతిష్ఠం తే జగదాహురనీశ్వరమ్ |
అపరస్పరసంభూతం కిమన్యత్కామహైతుకమ్ ||

असत्यमप्रतिष्ठं ते जगदाहुरनीश्वरम् ।
अपरस्परसम्भूतं किमन्यत्कामहैतुकम् ॥

అసురీ స్వభావముగల జనులు ఈ జగత్తు అసత్యముతో నిండినదని భావిస్తాడు. ఈ జగత్తు యొక్క సృష్టి కామ కోరికల కారణము వలన అని వాదించి ఆ భగవంతుని యొక్క అస్తిత్వమును నిరాకరిస్తారు.

16.10

కామమాశ్రిత్య దుష్పూరం దంభమానమదాన్వితాః |
మోహాద్ గృహీత్వాసద్గ్రాహాన్ ప్రవర్తనే శుచివ్రతాః ||

काममाश्रित्य दुष्पूरं दम्भमानमदान्विताः ।
मोहाद्गृहीत्वासद्ग्राहान्प्रवर्तन्तेऽशुचिव्रताः ॥

దురహంకారము, గర్వము మరియు అహంకారము అలవాటు చేసుకున్న ఇటువంటి అసుర స్వభావము కలవారు ఎప్పటికీ తృప్తి చెందని కామము, దురాశ మరియు అజ్ఞానముతో ఈ ఆశలు నెరవేరడానికి నిరంతరముగా సొత్తు మరియు అధికారమును సంపాదించడానికి ప్రయత్నాలు చేస్తూ ఉంటారు.

అధ్యాయం – 17

విశ్వాసం మరియు ప్రకృతి యొక్క మూడు గుణాలు

సత్య ఆహారం

రజస ఆహారం

తమస ఆహారం

వ్యక్తి భుజించే ఆహారము వారి అభిరుచి ఇష్టము మరియు ఎంపిక చేసుకునే గుణమును బట్టి సాత్విక, రాజసిక మరియు తామసిక అని మూడు గా విభజించబడింది.

ఓం శ్రీ పరమాత్మనే నమః

విశ్వాసం మరియు ప్రకృతి యొక్క మూడు గుణాలు

ఈ అధ్యాయములో అర్జునుడు శ్రీకృష్ణునికి ఒక వ్యక్తి ధర్మశాస్త్ర నిర్దేశాలను అనుసరించక కేవలం ధృఢమైన భక్తితో కర్మలను ఆచరిస్తే అలాంటివ్యక్తి రాజస, తామస లేదా సాత్విక వీటిల్లో ఏ గుణ స్వభావమును కలిగి ఉంటాడు. అని అర్జునుడు ప్రశ్నించెను.

ప్రతియొక్క వ్యక్తిలో ఈ మూడు గుణాలు సమమిశ్రమంలో ఉంటాయి.ఈ గుణములలో ఏ గుణమైతే ప్రకాశింపబడుతుందో, ఆ వ్యక్తి నడవడిక దానికి తగిన విధంగా ఉంటుందని శ్రీకృష్ణుడు అర్జునుడికి చెప్పెను.

ఈ త్రిగుణములు వ్యక్తి ఆచరించే కర్మ, త్యాగము, తపస్సు, మరియు దానముల పైన వాటి ప్రభావం పడుతుంది. అలాగే వ్యక్తి యొక్క శ్రద్ధ కూడా మూడు విధములుగా ఉంటుంది. వ్యక్తి యొక్క స్వభావానికి అనుగుణంగా అతని నడవడిక కూడా ఉంటుందని శ్రీకృష్ణుడు తెలియజేసెను.

ఇవి కాకుండా వ్యక్తి భుజించే ఆహారం కూడా ఆవ్యక్తి యొక్క అభిరుచి, ఇష్టము మరియు ఎంపిక అనుగుణంగా, అవి రాజసిక, తామసిక మరియు సాత్విక అని మూడు రకాలు ఉన్నవి. వ్యక్తి సేవించే ఆహారం నేరుగా అతని గుణ స్వభావము, ఆలోచనలు మరియు ఆరోగ్యం పైన నేరుగా ప్రభావం చూపుతుంది.

మనం సేవించే ఆహారం యొక్క ప్రభావం మన ఆలోచనలు, శారీరక మరియు మానసిక ఆరోగ్యం పైన నేరుగా పడుతుంది. అందువలన విద్యార్థులైన

మీరు ఈ చెడు పరిణామాల నుండి దూరం కావడానికి ఎటువంటి ఆహారం తీసుకోవాలో తెలుసుకానవలెను.

"సాత్విక" ఆహారం సాధారణంగా పొష్టికాంశము, రుచి-భరితమైన మరియు తాజాదనం కలిగి ఉంటుంది. సాత్విక ఆహారం: ఆరోగ్యం, శక్తి దాయకము, బుద్ధిశక్తి ప్రచోదకమై ఉంటుంది. సాత్విక స్వభావం గల వ్యక్తులుకు ఇలాంటి ఆహారం చాలా ప్రియమైనదిగా ఉంటుంది. సాత్విక ఆహారం సేవించువారు ఆరోగ్యవంతులుగా, దీర్ఘాయుషు కలిగి ఉంటారు.

"రాజసిక" ఆహారం చేదు, పులుపు, ఉప్పు, కారము మరియు నిర్జలీకరణము లక్షణాలను కలిగి ఉంటుంది. ఇలాంటి ఆహారం రాజసిక స్వభావం గల వ్యక్తులకు చాలా ఇష్టంగా మరియు ప్రియంగా ఉంటుంది. ఇవి కాకుండా ఇలాంటి ఆహారం మనుష్యులలో చింత, కోపము, మానసిక చంచలత్వమును కలిగించడమే కాక అనారోగ్యమునకు గురౌతారు. దీని కారణంగా వ్యక్తి చాలా రకాల రోగాలకు లోనుకావడానికి అవకాశం ఉంటుంది.

"తామసిక" ఆహారం సరిగా ఉడకని, నిల్వఉన్న మరియు చెడిపోయిన ఆహారం. తామసిక వ్యక్తులు ఇలాంటి ఆహారాన్ని ఇష్టపడతారు. అలాగే కీటకాలు వాలిన మరియు పాచిపోయిన ఆహారాన్ని సేవించడానికి మక్కువ చూపుతారు. ఇలాంటి ఆహారం మిగిలిన వాటి కంటే మిక్కిలి అనారోగ్యకరమైనది.దీనిని త్యజించడం అవసరం.

పైన వివరించిన మూడు గుణములలో సాత్విక గుణం అత్యంత ఉత్తమమైనది. మనం సాత్విక గుణమును అలవాటు చేసుకుంటే దీనివలన మనం ఆరోగ్యవంతులుగా, ఉత్తమమైన కర్మలను సమర్పణా భావముతో ఆచరిస్తు వ్యక్తిగత అభివృద్ధికి దోహదం అవుతుంది.

17.2

త్రివిధా భవతి శ్రద్ధా దేహినాం సా స్వభావజా |
సాత్త్వికీ రాజసీ చైవ తామసీ చేతి తాం శ్రుణు ||

त्रिविधा भवति श्रद्धा देहिनां सा स्वभावजा ।
साच्त्विकी राजसी चैव तामसी चेति तां शृणु ॥

శ్రీకృష్ణుడు ఇలా పలికెను, హే అర్జున! మనిషిలో పుట్టే శ్రద్ధ కూడా మానవుని సహజ గుణానికి అనుగుణంగా సాత్విక రాజసిక లేదా తామసిక అనే మూడు విధాలుగా ఉంటుంది.

17.3

సత్త్వానురూపా సర్వస్య శ్రద్ధా భవతి భారత |
శ్రద్ధామయో యం పురుషో యో యచ్ఛ్రద్ధః స ఏవ సః ||

सत्त्वानुरूपा सर्वस्य श्रद्धा भवति भारत ।
श्रद्धामयोऽयं पुरुषो यो यच्छ्रद्धः स एव सः ॥

ప్రతి మనిషి యొక్క శ్రద్ధ కూడా వారివారి ప్రకృతి జనితమైన స్వభావములకు అనుగుణంగా ఉంటుంది. వ్యక్తి యొక్క శ్రద్ధ మరియు గుణాలు ఒకదానిపై ఒకటి ఆధారపడి ఉంటాయి.

17.7

ఆహారస్త్వపి సర్వస్య త్రివిధో భవతి ప్రియః |
యజ్ఞస్తపస్తథా దానం తేషాం భేదమిమం శృణు ||

आहारस्त्वपि सर्वस्य त्रिविधो भवति प्रियः ।
यज्ञस्तपस्तथा दानं तेषां भेदमिमं शृणु ॥

మానవునికి నచ్చే ఆహారం కూడా అతని గుణానికి తగిన మూడు విధాలుగా ఉంటాయి. అలాగే అతను నిర్వహించే కర్మ, తపస్సు, త్యాగము, ఉపకారం మొదలైన వాటిలో కూడా ఈ మూడు విధానాలు ఉంటాయి. వాటి బేధములను వివరిస్తాను విను.

17.8

ఆయుఃసత్త్వబలారోగ్య సుఖప్రీతివివర్ధనాః |
రస్యాః స్నిగ్ధాః స్థిరా హృద్యా ఆహారాః సాత్త్వికప్రియాః ||

आयुःसत्त्वबलारोग्यसुखप्रीतिविवर्धनाः ।
रस्याः स्निग्धाः स्थिरा हृद्या आहाराः सात्त्व
कप्रियाः ॥

సాత్విక స్వభావాలు కలవారికి రసవంతమైన, స్థిరమైన, ఆరోగ్యకరమైన, తాజా, శక్తివంతమైన, ఆయుష్షును మెరుగుపరిచే ఆహారములు ప్రియమైనవి.

17.90

కట్వమ్లలవణాత్యుష్ణతిక్ ష్ణరూక్షవిదాహినః|
ఆహారా రాజసస్యేష్టా దుఃఖశోకామయప్రదా ||

कट्वम्ललवणात्युष्णतीक्ष्णरूक्षविदाहिनः ।
आहारा राजसस्येष्टा दुःखशोकामयप्रदाः ॥

రాజసిక స్వభావాలు కలవారికి చేదైన, అత్యంతకారమైన, అత్యంత ఉప్పు కలిగిన మరియు ఎండిన ఆహారములు ప్రియమైనవి. దీని పరిణామముగా వారు చింత మరియు రోగములు కలిగినవారై ఉంటారు.

17.9

యాతయామం గతరసం పూతి పర్యుషితం చ యత్ |
ఉచ్ఛిష్టమపి చామేధ్యం భోజనం తామసప్రియమ్ ||

यातयामं गतरसं पूति पर्युषितं च यत् ।
उच्छिष्टमपि चामेध्यं भोजनं तामसप्रियम् ॥

తామసిక స్వభావము కలవారికి సరిగ్గా ఉడకని, పాడైపోయి, రుచిలేని, దుర్గంధ యుక్తమైన ఆహారములు ప్రియమైనవి.

17.20

దాతవ్యమితి యద్దానం దియతే నుపకారిణే |
దేశే కాలే చ పాత్రే చ తద్దానం సాత్వికం స్మృతమ్ ||

दातव्यमिति यद्दानं दीयतेऽनुपकारिणे ।
देशे काले च पात्रे च तद्दानं सात्त्विकं स्मृतम् ॥

కర్తవ్య భావంతో ఎలాంటి ఫలాపేక్ష లేకుండా యోగ్యమైన కాలంలో మరియు సరైన ప్రదేశంలో అర్హుడైన వ్యక్తికి ఇచ్చే దానము సాత్విక దానము.

అధ్యాయం – 18

సర్వవర్ణములు సమానత్వం మరియు ముక్తి

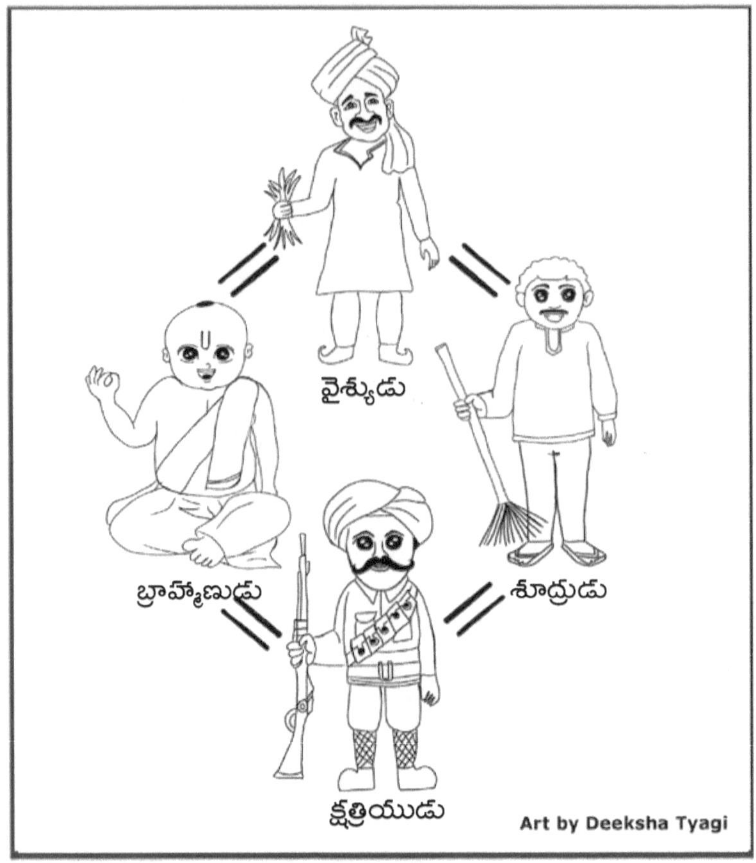

భగవద్గీత అభిప్రాయ ప్రకారం వ్యక్తి వర్ణము వారి పుట్టుకతో నిర్ణయించలేదు. వారు పొందిన గుణ స్వభావము మరియు కర్మల ఆధారంగా నిర్ణయించబడినది. నాలుగు వర్ణములు సరిసమానం. ఎక్కువ తక్కువ అనే బేధభావాలు లేవు.

ఓం శ్రీ పరమాత్మనే నమః

సర్వవర్ణములు సమానత్వం మరియు ముక్తి

భగవద్గీత యొక్క చివరి అధ్యాయం అత్యంత ప్రముఖమైనది మరియు మహోత్వపూర్ణమైన "మోక్షము" లేదా సంపూర్ణ బంధం నుండి విముక్తి యొక్క మార్గంను బోధించినది.

ఈ అధ్యాయంలో శ్రీకృష్ణుడు అర్జునుడికి మనిషి తనవంతు కర్తవ్యములను బాధ్యతగా నిర్వహించడమే మోక్షానికి మార్గము. కర్మత్యాగం ద్వారా ముక్తి మార్గాన్ని పొందలేము. వ్యక్తి బంధవిముక్తుడై సంతోషమైన జీవితాన్ని సాగించడానికి అతను తన వంతు కర్తవ్యములను నిర్వహించడం అత్యావశ్యకమని వివరిస్తాడు.

కొనసాగిస్తూ శ్రీకృష్ణుడు ప్రతివ్యక్తి తన వ్యక్తిగత అభిరుచులు మరియు స్వభావానికి అనుగుణంగా యోగ్యమైన జీవన మార్గం అనుసరించటకు స్వతంత్రం కలిగియుండును. అలాగే వారు ఎంపిక చేసుకున్న మార్గంలోవ్యక్తి యొక్క గుణ స్వభావముల ద్వారా మరియు కర్మల ఆధారంగా అతని వర్ణము నిర్ధారించబడుతుంది. వ్యక్తిగత స్వభావముల ఆధారంగా మానవులను నాలుగు వర్ణములుగా విభజింపబడినారు. భగవద్గీత ప్రకారం వ్యక్తి యొక్క వర్ణం అతని పుట్టుకతో నిర్ధారించకుండా అతని స్వభావం మరియు కర్మల ఆధారంగా నిర్ధారించబడుతుంది. నాలుగు వర్ణములు సరిసమానములు, వీటిలో ఎక్కువ తక్కువ అనే ఎటువంటి బేధభావం లేదు. ప్రతి యొక్క వర్ణము తనదైన ప్రాముఖ్యతను పొంది ఉంటుంది. శ్రీకృష్ణుడు భగవద్గీతలో వర్ణముల

విభజనను వైజ్ఞానికంగా వారి స్వభావముల ద్వారా మరియు కర్మల ఆధారంగా జరిగినదని నిరూపించినారు. అదికాకుండా ప్రతివ్యక్తి తన అభిరుచికి తగినటువంటి వర్ణమును ఎంపిక చేసుకునే సంపూర్ణ స్వాతంత్రం ఇచ్చెను. అయితే కాలాంతరంలో మనిషి యొక్క వర్ణము జన్మం నుంచి వచ్చినదని తప్పుగా అర్థం చేసుకొని దానిలో ఎక్కువ తక్కువ అనే బేధ భావమును సృష్టించి హానికరమైన జాతి,కుల పద్ధతిని అలవాటు చేసుకున్నారు. ఇవి అత్యంత దుర్బలమైన ఎదుగుదల.

ఉదాహరణకు విద్యార్థి యొక్క జీవన వృత్తి ఎంపిక గురించి మార్గదర్శనం ఇచ్చేముందు వృత్తి సలహాదారులు మరియు మనస్తత్వ శాస్త్రజ్ఞలు విద్యార్థి యొక్క గుణములను, స్వభావములను మరియు ఆసక్తిని గురించి తెలుసుకుని వాటి ఆధారంగా మార్గదర్శనం ఇవ్వడాన్ని మనం గమనించవచ్చు.

ఏ వ్యక్తి అయితే ప్రశాంతమైన మరియు స్థిరమైన స్వభావాన్ని పొందాలని అనుకుంటాడో అలాంటివాడు తనకిష్టమైన అలాంటి జీవనశైలిని ఎంపిక చేసుకోవడానికి అవకాశం ఉందును. మౌనం, ప్రశాంతత , సత్య దర్శనము మరియు ఆధ్యాత్మిక జ్ఞానకాంక్ష కలిగిన వారిని బ్రాహ్మణ వర్ణము వారని సంభోదించబడెను.

ఏ వ్యక్తి అయితే నాయకత్వగుణములను పొంది సాహసం, యుద్ధం మరియు వీరోచిత కార్యాలను వారి యొక్క జీవితంలో అలవాటు చేసుకుంటారో అలాంటి వారు క్షత్రియ వర్ణము వారని గుర్తించబడినది.

ఏ వ్యక్తి అయితే వాణిజ్య, వ్యాపారము, లలిత కళలు, వ్యవసాయం, ఆర్థిక క్షేత్రము మొదలైన వాటిపై ఆసక్తి కలిగి ప్రమేయం పొంది ఉంటారో, అలాంటి వారిని వైశ్య వర్ణము వారిని గుర్తించబడింది.

ఈ చివరి వర్ణము ఒక ప్రత్యేకమైన జన సముదాయాలను కలిగి ఉంటుంది. ఈ వర్ణము వారు మానవ కళ్యాణం కోసం రకరకాలైన సేవా వృత్తులను ఎంపిక చేసుకొని వాటి నిర్వహణలో నిమగ్నులెయ్యుంటారు. అలాంటి సేవా వృత్తి భావం ఉన్నవారిని శూద్ర వర్ణం వారని పిలవబడింది.

ఈ దృష్టితో వర్ణవిభజనను మనము సూక్ష్మంగా గమనించనపుడు ఈ నాలుగు వర్ణములు జనులు నిర్వహించే కర్తవ్యాలు సమాజం యొక్క

ఉన్నతికి మరియు ప్రగతి కోసం ఒక దానికొకటి అనుబంధంగా సరిసమాన ప్రాముఖ్యతను కలిగి ఉన్నవని తెలుసుకోవలెను.

శ్రీకృష్ణుడు చతుర్వర్ణముల మహోత్వము, సమానత్వమును స్పష్టంగా ఉపదేశించిన తరువాత కూడా సంకుచిత స్వభావం గల మనుషులకు ఇది అర్థం కాలేదు. దీని వలన అజ్ఞానంతో ఉన్న మనుషులు జన్మతః ఆధారం ద్వారా వర్ణములను గుర్తించి, దానిలో భేదములను సృష్టించి ఈ దౌర్భాగ్య జాతి పద్ధతిని అలవాటు చేసుకున్నారు.

విశ్వకళ్యాణ సాధన కోసం విశ్వ విద్యార్థులు మరియు విశాల దృక్పథం కలిగిన విద్యార్థులుగా ఎలాంటి భావాన్ని ప్రోత్సహించకుండా మరియు అలాంటి విచారములకు మద్దతు ఇవ్వకూడదు. శ్రీకృష్ణుడు బోధన అనుగుణంగా మనం అన్ని వర్ణములు ప్రజలను సరిసమానంగా గౌరవించవలెను మరియు వారందరితో ఒకే భావంతో ప్రవర్తించవలెను. ఎందుకంటే మనందరికి తెలుసు ప్రతిఒక్కరిలో ఉన్నది ఆ భగవంతుని అంశే.

భగవద్గీతలో శ్రీకృష్ణుడు ఇచ్చిన ఈ సందేశము పాటిస్తూ మన ప్రవృత్తులకు అనుగుణంగా మన జీవన మార్గంను ఎంచుకొని మరియు ఆ మార్గంలో మన కౌశల్యమును అభివృద్ధి పరుచుకొని స్వతంత్రులమై ఆనందంగా ఉంటూ, అనంతవిశ్వం ఆనందమయంగా మారడానికి ప్రయత్నం చేయవలెను.

అంతిమంగా శ్రీకృష్ణుడు అర్జునుడికి ఈ గీతోపదేశమును ఏకాగ్రతతో ఆలకించినావు, దీనివలన నీలో కలిగిన అజ్ఞానం మరియు దుఃఖం దూరమైనదా? అని ప్రశ్నించెను. ఇక్కడ మనం గమనించవలసిన ముఖ్యమైన విషయం ఏమనగా శ్రీకృష్ణుడు అర్జునుడికి గీతోపదేశం చేసిన పిమ్మట కూడా ఇలాంటి మార్గాన్ని అనుసరించవలెనని బలవంతం చేయలేదు. ఏమార్గము ఎంపిక చేసుకోవాలో తీర్మానం అర్జునుడి నిర్ణయానికి వదిలేసెను. శ్రీకృష్ణుడు అడిగిన ప్రశ్నకు శిష్యుడైన అర్జునుడు నామనస్సులో కలిగిన మోహం సంపూర్ణంగా నాశనం అయిందని స్పష్టం చేసినాడు. నీ అనుగ్రహంతో అన్ని సందేహములు, శోకము, మోహం నాశనం అయినాయి. నీ బోధన ప్రకారం నేను స్థిరుడై నా కర్తవ్యములను నిర్వహిస్తాను అని వినమ్రతతో విన్నవించుకునెను. అర్జునుడు ఇచ్చిన ఈ సమాధానం ప్రశంసనీయం మరియు మన అందరికి మార్గదర్శనం.

శ్రీకృష్ణుడు ఉపదేశానుసారం నేను మిమ్మల్ని ఒక మహత్తరమైన ప్రశ్నను అడగాలనుకుంటున్నాను. భగవద్గీతలో శ్రీకృష్ణుడి ఉపదేశం విన్న తర్వాత మీ అభిప్రాయమేమి? మానవ కళ్యాణం కోసం అర్జునుడిలా మహావీరుడవ్వడానికి మీరు కూడా ప్రయత్నిస్తారా? ఈ నిర్ణయాన్ని మీకే వదిలేస్తూ మీరందరూ మీ కార్యక్షేత్రములలో విజయవంతం కావాలని నేను ప్రార్థిస్తున్నాను.

18.2

కామ్యానాం కర్మణాం న్యాసం సన్న్యాసం కవయో విదుః |
సర్వకర్మఫలత్యాగం ప్రాహుస్త్యాగం విచక్షణాః ||

काम्यानां कर्मणां न्यासं संन्यासं कवयो विदुः ।
सर्वकर्मफलत्यागं प्राहुस्त्यागं विचक्षणाः ॥

కర్మ త్యాగమే సన్న్యాసం అని కొందరు పండితులు తలంతురు. కానీ జ్ఞానులు మాత్రం కర్మఫలమును త్యజించడమే నిజమైన త్యాగం అని చెప్తారు.

18.9

కార్యమిత్యేవ యత్కర్మ నియతం క్రియర్జున |
సఙ్గం త్యక్త్వా ఫలం చైవ స త్యాగః సాత్త్వికో మతః ||

कार्यमित्येव यत्कर्म नियतं क्रियतेऽर्जुन ।
सङ्गं त्यक्त्वा फलं चैव स त्यागः सात्त्विको मतः ॥

శాస్త్ర విధమైన కర్మలను ఫలాపేక్ష లేకండా చేయటమే సాత్విక త్యాగం అని పిలుస్తారు.

18.23

నియతం సఙ్గరహితమరాగద్వేషతః కృతమ్ |
అఫలప్రేప్సునా కర్మ యత్తత్సాత్త్వికముచ్యతే ||

नियतं सङ्गरहितमरागद्वेषतःकृतम् ।
अफलप्रेप्सुना कर्म यत्तत्सात्त्विकमुच्यते ॥

కర్మయొక్క అభిమానం విడిచి, రాగ, ద్వేష మరియు క్రోధమును త్యజించి ఫలాపేక్ష లేకుండా చేసే కర్మలను సాత్విక కర్మలంటారు.

18.41

బ్రాహ్మణక్షత్రియవిశాం శూద్రాణాం చ పరన్తప |
కర్మాణి ప్రవిభక్తాని స్వభావప్రభవైర్గుణైః ||

ब्राह्मणक्षत्रियविशां शूद्राणां च परन्तप ।
कर्माणि प्रविभक्तानि स्वभावप्रभवैर्गुणैः ॥

మానవులు స్వభావానికి అనుగుణంగా, నిర్వహించే కర్మలను అనుసరించి బ్రాహ్మణ, క్షత్రియ, వైశ్య మరియు శూద్రులు అను నాలుగు వర్ణములుగా విభజించారు.

18.42

శమో దమస్తపః శౌచం క్షాన్తిరార్జవమేవ చ |
జ్ఞానం విజ్ఞానమాస్తిక్యం బ్రహ్మకర్మ స్వభావజమ్ ||

शमो दमस्तपः शौचं क्षान्तिरार्जवमेव च ।
ज्ञानं विज्ञानमास्तिक्यं ब्रह्मकर्म स्वभावजम् ॥

స్వీయ క్రమశిక్షణ, అంతరంగ మరియు బహిరంగ శుద్ధి, మనసు, శరీర మరియు ఇంద్రియ నిగ్రహం, సహనం మరియు ప్రశాంతత, అధ్యయనం మరియు బోధన, జ్ఞానం మరియు సత్యం యొక్క అన్వేషణ ఇలాంటి స్వాభావిక గుణములు కలిగిన వాడు బ్రహ్మణుడు అని అంటారు.

18.43

శౌర్యం తేజో ధృతిర్దాక్ష్యం యుద్ధే చాప్యపలాయనమ్ |
దానమ్ ఈశ్వరభావశ్చ క్షాత్రం కర్మ స్వభావజమ్ ||

शौर्यं तेजो धृतिर्दाक्ष्यं युद्धे चाप्यपलायनम् ।
दानमीश्वरभावश्च क्षात्रं कर्म स्वभावजम् ॥

ధైర్యము, శౌర్యము, పరిస్థితులకు వెనుకంజ వేయకుండా ఎదుర్కోవడం, నాయకత్వం, దానశీలం ఇలాంటి స్వాభావిక గుణములు కలిగిన వాడు క్షత్రియుడు అని అంటారు.

18.44

కృషిగౌరక్ష్యవాణిజ్యం వైశ్యకర్మ స్వభావజమ్ |
పరిచర్యాత్మకం కర్మ శూద్రస్యాపి స్వభావజమ్ ||

कृषिगोरक्ष्यवाणिज्यं वैश्यकर्म स्वभावजम् ।
परिचर्यात्मकं कर्म शूद्रस्यापि स्वभावजम् ॥

వ్యవసాయం, పశుసంరక్షణ, ప్రామాణికతో చేసే వ్యాపార వ్యవహారాలు ఇలాంటి స్వభావం కలవారిని వైశ్యులని మరియు మానవసేవనే ధ్యేయంగా సేవ చేసేవారిని శూద్రులని అంటారు.

18.72

కచ్చిదేతచ్ఛ్రుతం పార్థ త్వయైకాగ్రేణ చేతసా |
కచ్చిదజ్ఞానసమ్మోహః ప్రనష్టస్తే ధనంజయ||

कच्चिदेतच्छ्रुतं पार्थ त्वयैकाग्रेण चेतसा ।
कच्चिदज्ञानसंमोहः प्रणष्टस्ते धनञ्जय ॥

హే అర్జునా ! నేను ఇప్పటి వరకు ఇచ్చిన గీతోపదేశం నువ్వు శ్రద్ధగా, ఏకాగ్రతతో విన్నావు. నీ అజ్ఞానం నుండి ఉత్పత్తి చెందిన మోహం ఇప్పుడు సంపూర్ణంగా నాశనం అయినదా?

18.73

నష్టో మోహః స్మృతిర్లబ్ధా త్వత్ప్రసాదాన్మయాచ్యుత |
స్థితోఽస్మి గతసన్దేహః కరిష్యే వచనం తవ ||

नष्टो मोहः स्मृतिर्लब्धा त्वत्प्रसादान्मयाच्युत ।
स्थितोऽस्मि गतसन्देहः करिष्ये वचनं तव ॥

అర్జునుడు ఇలా పలికెను:

"హే ప్రభూ! నీ కృప ద్వారా నా భ్రమ మరియు మోహం సంపూర్ణంగా నాశనమైనది . నాకు నా కర్తవ్యం స్మరణకు వచ్చింది. నా అనుమానలన్నియూ పోయి మరియు నీ ఉపదేశం ప్రకారం మీ ఆజ్ఞను పాటించి నా కర్తవ్య నిర్వహణకు సంసిద్ధుడుగా ఉన్నాను.

www.ingramcontent.com/pod-product-compliance
Lightning Source LLC
LaVergne TN
LVHW051548170726
843492LV00006B/2008